101
காக்கத் தகுந்த வாக்குறுதிகள்

101 காக்கத் தகுந்த வாக்குறுதிகள்

உங்களை மிக உயர்ந்தவராக உருவாக்க வல்ல உறுதிமொழிகள்

நீல் எஸ்கெலின்

தமிழாக்கம்: லலிதா கல்யாணசுந்தரம்

MANJUL

மஞ்சுள் பப்ளிஷிங் ஹவுஸ்

First published in India by

MANJUL

Manjul Publishing House

Corporate and Editorial Office

• 2nd Floor, Usha Preet Complex, 42 Malviya Nagar, Bhopal 462 003 - India

Sales and Marketing Office

• C-16, Sector 3, Noida, Uttar Pradesh 201301 - India

Website: www.manjulindia.com

Distribution Centres

Ahmedabad, Bengaluru, Bhopal, Kolkata, Chennai,
Hyderabad, Mumbai, New Delhi, Pune

Original English edition published in the United States titled
101 PROMISES WORTH KEEPING by NEIL ESKELIN

Tamil translation of
101 Promises worth keeping by *Neil Eskelin*

This edition first published in 2015
Seventh impression 2024

ISBN 978-81-8322-560-1

Translation by Lalitha Kalyanasundaram
Editing by Vanamamalai

Printed and bound in India by Repro India Ltd.

பொருளடக்கம்

முன்னுரை

ஒரு நாள் மாலை பையன் அப்பாவிடம் கேட்டான், ''இன்னிக்கி ராத்திரி சாப்பிட்டப்புறம் பாஸ்கின் ராபின்ஸ் ஐஸ்கிரீம் கடைக்குப் போலாமா?''

அப்பாவும், ''போலாம்'' என்றார்.

பையனுக்கு நம்பிக்கை வரவில்லை, ''ப்ராமிஸ்?''

அப்பா, ''ஓ.கே. ப்ராமிஸ்''.

திங்கட்கிழமை இரவு கால்பந்தாட்டத்தைக் காரணம் காட்டி அப்பா பின்வாங்கிவிட்டதில் பையனுக்கு ரொம்ப ஏமாற்றம். அப்பாவின் இமேஜ் பாழாகிவிட்டது.

வாழ்க்கையின் ஒவ்வொரு களத்திலும், வீடாகட்டும், வியாபாரமாகட்டும், அல்லது சமூகமாகட்டும் நாம் நமது வாக்குறுதிகளால் அல்ல, நமது செயல்பாடுகளால் மட்டுமே அளக்கப்படுகிறோம்.

ஒவ்வொரு கல்லாக

வேறெதுவும் தேவையில்லாததாய், எளிமையான ஒன்றாய், அதே சமயம் பூமியைக்கூடப் பிளக்கும் சக்தி உள்ள ஒரு வாக்குறுதியை உங்களுக்குக் காட்டத்தான் நானும் விரும்புகிறேன். துரதிர்ஷ்டவசமாக அப்படி ஒன்று இல்லை. நம் வாழ்க்கையின் தரம் மெதுவாக, ஆனால் உறுதியான முறையில்தான் நிலைநிறுத்தப்படுகிறது.

காக்கப்படும் ஒவ்வொரு வாக்குறுதியும், நமது வாழ்க்கை அஸ்திவாரத்திற்கு ஒரு கல். போதுமான அளவு கற்கள்

இடப்பட்டதும் நீங்கள் உறுதியான, நம்பகமான ஒரு கட்டிடத்தை எழுப்பலாம்.

நமது குணநலன்கள் எவ்வாறு அமைகின்றன? ஐசையாவின் வாக்கின்படி ''கொள்கைக்கு மேல் கொள்கை, கொள்கையின் மீது கொள்கை; கோட்டின் மீது கோடு; இங்கே கொஞ்சம், அங்கே கொஞ்சம்''.

வாக்குறுதிகள் நமக்கு நாமே தருவது மட்டுமன்றி நம்மைப் படைத்தவனுக்கும், நம்மோடு தினசரி தொடர்பு உடையவர்களுக்கும் நாம் தரவேண்டும்.

சவால்

பின்வரும் பக்கங்களில் வாழ்க்கையின் முக்கியமான 5 பகுதி களில் அர்ப்பணித்துக் கொள்ள உங்களை அழைக்கிறோம்.

1.உங்கள் குடும்பம் மற்றும் நண்பர்களுக்குத் தரும் வாக்குறுதிகள்.

உங்கள் திருமண பந்தத்தை உறுதியானதாக்கவும், நீங்கள் நேசிப்பவர்களோடு உங்கள் உறவை வலுப்படுத்தவும் என்ன முடிவெடுக்கப் போகிறீர்கள்?

2.உங்கள் கூட்டாளிகளுக்குத் தரும் வாக்குறுதிகள்.

பரஸ்பர நம்பிக்கையை மேம்படுத்தவும், தலைமைப் பண்பு, உயர்வு, நம்பகத்தன்மை, கூட்டுறவு, உறுதிப்பாடு ஆகியவற்றை உருவாக்கவும் எத்தகைய புரிந்துணர்வு உதவும்?

3.உங்களுக்கு நீங்களே தரும் வாக்குறுதிகள்.

ஆரோக்கியமற்ற அச்சத்தைப் போக்கவும், எதிர்மறைப் பழக்கங்களை அழிக்கவும், உணர்வுகளைக் கட்டுப்படுத்தவும் என்ன செய்யலாம்? திறன் மேம்பாட்டுக்கும், சுயவளர்ச்சிக்கும் உதவும் வாக்குறுதிகள் எவை?

4. உங்கள் உலகத்துக்கு நீங்கள் தரும் வாக்குறுதிகள்.

உங்கள் சமுதாயத்தை உயர்த்துவதும், நலிந்தோருக்கு நம்பிக்கையும் நல்லாதரவும் தரும் வாக்குறுதிகள் எவை?

5. உங்களைப் படைத்தவனுக்கு நீங்கள் தரும் வாக்குறுதிகள்.

எல்லாம் வல்ல இறைவன் உங்களுடன் ஓர் ஒப்பந்தம் போட்டிருக்கிறார். இப்போது உங்கள் முறை. உங்கள் சமயப்பற்று, செல்வ நிர்வாகம், உங்கள் எதிர்காலம் சார்ந்த சில வாக்குறுதிகளைத் தர உங்களைக் கேட்டுக் கொள்கிறோம்.

இந்தப் புத்தகத்தை ஒரே மூச்சில் படித்துவிட முயலாதீர்கள். இது துரித உணவகத்தின் அவசர சிற்றுண்டி அல்ல. மாறாக 101 பதார்த்தங்கள் கொண்ட அற்புத விருந்து.

இதில் சில பக்கங்களை உங்களால் வேகமாகப் புரட்டிச் சென்றுவிட முடியலாம். அப்படியென்றால் அவை நீங்கள் ஏற்கெனவே ஏற்படுத்திக் கொண்ட பொறுப்புகளுக்குக் கிடைத்த பாராட்டு மொழிகள்.

மற்ற வாக்குறுதிகள் உங்களை நெளிய வைக்கலாம். பிரச்சினையைத் தெரிந்து தெளியத் தேவையான நேரத்தை எடுத்துக் கொண்டு, வாழ்வின் அந்தப் பகுதியை மாற்ற ஆழமான ஒரு முடிவை எடுங்கள்.

வாக்குறுதிகள் கொடுப்பதோடு வேலை முடிந்து விடுவதில்லை. அவற்றை ஒவ்வொரு நாளும் புதுப்பிக்க வேண்டும், வாழ்நாள் முழுவதும் காக்கவும் வேண்டும்.

வாருங்கள் தொடங்குவோம்.

I

குடும்பம் மற்றும் நண்பர்களுக்குத் தரும் வாக்குறுதிகள்

1

எனது திருமண பந்தத்தைக் காக்க நான் உறுதி கூறுகிறேன்

ஹென்றி ஃபோர்டின் 50வது திருமண ஆண்டு நிறைவின்போது, ''உங்கள் மகிழ்ச்சியான இல்லறத்தின் ரகசியம் என்ன?'' என்று ஒரு நிருபர் அவரைக் கேட்டார்.

சிறிது கூடத் தயங்காமல் உடனே ஃபோர்ட் கூறிய பதில் இதுதான். ''என் பிசினெசை வெற்றிகரமாக்கிய அதே பார்முலாதான், ஒரே மாடலை வைத்திருக்க வேண்டும்''.

இன்றைய பயமுறுத்தும் விவாகரத்து புள்ளி விவரங்கள் நமக்குக் காட்டுவது, பிரச்சினை திருமணத்தில் அல்ல. ஆதாம், ஏவாள் காலத்திலிருந்து தம்பதிகள் பிரச்சினைகளையும், அழுத்தத்தையும் சந்தித்து வந்திருக்கிறார்கள். உண்மையான அவலம் என்னவென்றால் ஒட்டுறவில் தான் பிரச்சினை: மக்கள் உண்மையாக நடந்துகொள்வதில்லை.

இந்த மோதிரத்தோடு

ஒவ்வொரு வருடமும் லட்சக்கணக்கான ஜோடிகள் இறைவன் சன்னிதியின் முன் நின்றுகொண்டு, ''வாழ்விலும் தாழ்விலும், வறுமையிலும் வளமையிலும், வலுவிலும் நலிவிலும் சேர்ந்தே வாழ்வோம், மரணம் நம்மைப் பிரிக்கும் வரை'' என்றுதான் உறுதிகூறிக் கொள்கிறார்கள். பைபிளின் மீது

கைகளை வைத்தும் நம்பிக்கை மோதிரங்களை மாற்றிக் கொண்டும் சில இடங்களில் தங்கள் ஒட்டுறவைத் திருச்சபையில் பதிவும் செய்து கொள்கிறார்கள்.

எங்கே எது தவறாக போனது? இவ்வளவு வலிமையான வாக்குறுதியை ஒரு குச்சியை ஒடிப்பது போல எப்படி அவ்வளவு சுலபமாக முறிக்க முடிகிறது?

எப்படியாவது காப்பாற்றி விடலாம் என்ற அசட்டு தைரியத்தில் கொடுக்கப்படக் கூடியது அல்ல வாக்குறுதி. நாம் ஏன் வாக்கைக் காப்பாற்றுகிறோம்? ஏனென்றால் நாம் அதைக் கொடுத்திருப்பதால் தான். இதில் ஏதும் குழப்பமில்லை.

உங்கள் வாழ்க்கைத் துணைக்கு நீங்கள் தரும் வாக்குறுதி நழுவக் கூடிய ஓட்டைகள் நிறைந்த ஒப்பந்தமல்ல. அது ஒரு நிரந்தர புனித உடன்படிக்கை.

2

நான் என் குழந்தைகளுக்கு ஒரு முன்மாதிரியாக இருப்பேன்

குழந்தைகள் உடனுக்குடன் பின்பற்றுபவர்கள் என்பதுதான் பெற்றோர்கள் கடைசியாகக் கண்டுபிடிக்கும் திடுக்கிடும் உண்மை.

ஆங்கிலக் கவிஞர் ஜான் வில்மாட், ''எனக்குத் திருமணமாவதற்கு முன்பு என்னிடம் குழந்தை வளர்ப்பைப் பற்றி ஆறு கோட்பாடுகள் இருந்தன. இப்போது என்னிடம் ஆறு

குழந்தைகள் இருக்கிறார்கள்; ஆனால் கோட்பாடுகள் ஏதும் இல்லை'' என்று ஒப்புக் கொண்டார்.

எப்படி குழந்தைகளைச் சிறந்தவர்களாக வளர்ப்பது என்பதைவிட எப்படிச் சிறந்த உதாரணங்களாகத் திகழ்வது என்பதைப் பற்றித்தான் இப்போது பெற்றோர்களுக்குப் பயிற்சி தேவை.

ஒவ்வொரு தாய் தகப்பனும் கூடிய சீக்கிரம் தன்னைப் போலவே தன் மக்களும் தயாராவார்கள் என்பதை உணர்ந்து கொள்ள வேண்டும், தன்னை மூலமுன்மாதிரியாக நினைத்துக் கொள்ள வேண்டும்.

நல்லவரோ கெட்டவரோ, நேர்மையானவரோ ஏமாற்றுக் காரரோ, ஒழுக்கமானவரோ ஒழுக்கமற்றவரோ, நாம்தான் நம் குழந்தைகளுக்கு அளவுகோல்களை நிர்ணயிக்கிறோம்.

துணி நெய்தல்

குடும்பப் பண்புகள் எப்போதும் விவாதத்துக்கு இட மளிக்கக் கூடாது. அதில் இரண்டாம் கருத்துக்கே இடமில்லை. சிறந்த ஒழுக்க நெறிகளோடு குழந்தைகளை வளர்க்க வேண்டும். இல்லையென்றால் நாம் ஒழுங்கீனத்தைத் தான் அடைவோம்.

தந்தைமைக்கான தேசிய மையத்தின் தலைவர் கென் கேன்ஃபீல்ட் தந்தைமைக்கு முதல் தேவையாகத் திருமணத்தைக் கொண்டு வருவதுதான் இந்தத் தலைமுறையின் முன்னே உள்ள பெரிய சவால் என்று கருதுகிறார்.

அவர் மேலும் கூறுவதாவது, ''உறுதியான குடும்பப் பிணைப்பை ஏற்படுத்தத் தேவைப்படும் இரண்டு பெற்றோர் இல்லாமல் ஒவ்வொரு நாளும் நூற்றுக்கணக்கான குழந்தைகள் ஒற்றை பெற்றோருக்குப் பிறக்கிறார்கள்''. இந்தக் குழந்தைகள் சட்டமீறலில் ஈடுபடவும், பள்ளிப்படிப்பை பாதியில் நிறுத்தவும், திருமணமின்றி குழந்தை பெற்றுக் கொள்ளவும்,

வறுமையில் வாடவும், சலுகைகளைப் பெறவும், போதைப் பழக்கத்துக்கு ஆளாகவும் வாய்ப்புள்ளதாக ஆராய்ச்சிகள் தெரிவிக்கின்றன.

நம்மால் உலகத்தைத் திருத்த முடியாமல் போகலாம். ஆனால் நம் குழந்தைகளின் மனதில் ஓர் ஆழமான தாக்கத்தை நம்மால் உண்டாக்க முடியும். பதின்பருவச் சவால் அமைப்பின் தலைவர் டேவிட்வில் கெர்சன் கூறுவதைப் போல், ''ஒரு குழந்தை சமுதாயமென்னும் நெசவில் இறுதியில் எப்படி இடம்பெறுகிறது என்பதில் தாய், தகப்பனின் ஒவ்வொரு சொல்லும் செயலும் ஒரு முக்கியமான இழையோட்டமாகிறது''.

நீங்கள் உதாரணமாகத் திகழ்வீர்களா?

3

என் குடும்பத்தோடு செலவழிக்கும் நேரத்தைப் பொக்கிஷமாகக் கருதுவேன்

பட்ஜெட்டைச் சரிக்கட்ட கணவன் - மனைவி இருவரும் ஓவர்டைம் பார்க்க, குழந்தைகள் காப்பகத்திலும், க்ரீஷிலும் ஆயாக்களிடமும் வளர, பெற்றோர் என் குடும்பத்தோடு, குழந்தைகளோடு செலவழிக்க இன்னும் கொஞ்சம் நேரம் கிடைக்காதா என்று ஏங்குவதில் வியப்பில்லை.

கேள்வி இன்னும் சிறிது நேரம் கிடைத்தால் என்ன செய்வீர்கள் என்பதல்ல. கிடைத்திருக்கும் நேரத்தை என்ன செய்கிறீர்கள் என்பதே.

ப்ரொஃபஷனல் கோல்ஃபர் பால் அஃஜிங்கெர் கால்ஃப் விளையாட்டிற்காக தன் நேரத்தின் பெரும் பகுதியைக் கழித்தாலும், தன் குடும்பத்துக்காக கவனத்தோடு நேரம் ஒதுக்கத் தவறுவதில்லை. 'உங்கள் குழந்தைகள் ஒருமுறைதான் சிறியவர்களாக இருக்கிறார்கள். அப்போது தவறவிட்டு விட்டால் பிறகு இரண்டாம் வாய்ப்பு கிடைக்காது'' என்று பால் சொல்கிறார்.

''நான் வீட்டில் இருந்தால் முழுமையாக அதில் ஒன்றி விடுவேன், என் குழந்தைகளோடு நான் செலவழிக்கும் நேரமானது எப்போதும் அவர்கள் நினைவில் இருக்கும்படி பார்த்துக் கொள்வேன்'' என்று மேலும் சொல்கிறார்.

ஒரு நல்ல வழி

பல வீடுகளில் பெற்றோர் தம் பிள்ளைகளோடு செல வழிக்கும் நேரத்தை மூன்று தலைப்புகளின் கீழ் அடக்கலாம். 1.கண்டிப்பது, 2.திருத்துவது, 3.கட்டுப்படுத்துவது.

''ஆனால் இதைவிட நல்ல வழிமுறை ஒன்று உள்ளது. குடும்பத்தின் ஒவ்வொரு உறுப்பினரோடும் ஒரு நல்ல இணைப்புப் பாலத்தை ஏற்படுத்திக் கொள்ளுவதே ஆகும். பேச்சாளரும் எழுத்தாளருமான ஜோஷ் மெக்டோவல் சொல்லுவார்; உறவுப் பிணைப்பை ஏற்படுத்திக் கொள்ளாமல் உபதேசம் செய்யத் தொடங்கினால் எதிர்ப்புத் தான் கிடைக்கும். மாறாக உறவை ஏற்படுத்திக் கொண்டு விட்டாலோ அந்தக் குழந்தைகள் நமக்காக உயிரையும் விடுவார்கள்; எதற்கும் துணிவார்கள்.''

நேசிப்பவர்களோடு நீங்கள் செலவழிக்கும் நேரத்தைப் பொக்கிஷம் போல் போற்றுங்கள். அது அவர்கள் பேசுவதைக் காது கொடுத்துக் கேட்கவும், அவர்களைப் புரிந்து கொள்ளவும், அவர்களோடு விளையாடவும், சேர்ந்து வழிபடவும் பயன்பட

வேண்டும். அவையே உங்கள் வாழ்வின் மிக உயர்ந்த நினைவுகளாகவும் இருக்கும்.

4

ஒரு நல்ல சூழ்நிலையை வீட்டில் பராமரிக்க உறுதி கூறுகிறேன்

ஒவ்வொரு வீட்டுக்கும் ஒரு சில தனிப் பண்புகள் உண்டு. ஒரு வீட்டின் முன்வாசல் வழியாக நுழையும்போதே அதை நீங்கள் உணர முடியும். சில வீடுகள் ஒட்டுதலின்றி, விட்டேற்றியாக இருக்கும். சில இடங்களிலோ, விட்டுப் பிரியவே மனம் வராமல் அவ்வளவு பிரியமும், பற்றுதலும் இருக்கும்.

எது அந்த வித்தியாசத்தை ஏற்படுத்துகிறது? சுவரில் தொங்கும் படங்களோ, அல்லது ரத்தினக் கம்பளங்களின் நிறங்களோ அல்ல. அங்கே வாழ்கின்ற மனிதர்கள்தாம்.

ஓர் ஒருங்கிணைந்த முன்னிலை.

''தனக்குள்ளேயே பிளவுபட்ட ஒரு வீடு தாக்குப் பிடிக்க முடியாது'' என்று எச்சரித்தபோது ஆப்ரஹாம் லிங்கன் நாட்டைப் பற்றி மட்டும் பேசவில்லை.

ஒரு வீடு கலக்கம், மன வேற்றுமை, பிரச்சினை இவற்றால் பாதிக்கப்படும்போது, எல்லோரும், குறிப்பாகக் குழந்தைகள் துன்பப்படுகிறார்கள்.

சண்டைகள் உள்ள பல குடும்பங்களுக்கு ஆலோசனை கூறி வரும் ஓர் ஆலோசகர், ''ஒரு பெற்றோர் மிகவும் செல்லம் கொடுப்பார். இன்னொருவர் கண்டனமும் தண்டனையுமாக இருப்பார். இத்தகைய மாறுபட்ட மனநிலையுள்ள பெற்றோர்களால் வளர்க்கப்படும் குழந்தைகளிடம் வீழ்ச்சி யையும் அழிவுப்போக்கையும் நான் கண்டிருக்கிறேன்'' என்று என்னிடம் கூறினார்.

தன் மகன் அல்லது மகளால் ஏற்படும் பிரச்சினை எதுவானாலும் சரி, பெற்றோர் இருவரும் பிரிவின்றி, உறுதியாக அதை எதிர்கொள்ள வேண்டும்.

சிகரம்

''ஒரு வீட்டின் சிகரம் இறைத்தன்மை; அழகு அதன் ஒழுங்கு, புகழ் அதன் விருந்தோம்பல்; வரம் அதன் நிறைவு'' என்று எழுதினார் எழுத்தாளர் ஹென்றி வான் டைக்.

உங்கள் இல்லம் உண்மையான, நிபந்தனைகளற்ற அன்பால் நிறைந்திருக்கிறதா? மனம் திறந்த கருத்துப் பரிமாற்றம் இருக்கிறதா? அக்கறை மிகுந்த உறுதியான ஒழுங்குமுறை இருக்கிறதா? குடும்பம் உறுதியான அஸ்திவாரம் கொண்டதா? இவற்றை சரிபார்த்துக் கொள்ளுங்கள்.

பெற்றோர் என்ற முறையில் அது உங்கள் கடமை.

5

என் குடும்பத்தின் பொருளாதாரப் பாதுகாப்புக்கான பொறுப்பை நான் ஏற்றுக் கொள்கிறேன்

தொலைக்காட்சியில் ஒரு நாள் பல சேனல்களை மாற்றிக் கொண்டிருந்தபோது ஒரு நிழற் படத்தைக் கண்டதும் நிறுத்தினேன். ''நீங்கள் இந்த மனிதனைப் பார்த்திருக்கிறீர்களா?'' என்ற வாசகங்கள் கீழே ஓடிக்கொண்டிருந்தது. இன்னும் கீழே ''இளம் குற்றவாளிகள் சீர்திருத்த கட்டணம் 57,400 டாலர்கள் பாக்கிக்காகத் தேடப் படுகிறான்'' என்ற வாசகங்கள். இன்னும் சில வினாடிகளில் வேறொரு முகம். இந்த மனிதன் தர வேண்டியது 17,000 டாலர்கள். அடுத்த கயவாணி அப்பன் தர வேண்டியது 23,500 டாலர்கள்.

யோசித்துப் பாருங்கள். இந்தத் தகப்பன்கள் தங்கள் குடும்பத்தை விட்டு வெளியேறியது மட்டுமன்றி. தங்களால் இந்த உலகத்துக்குக் கொண்டு வரப்பட்டவர்களையும் காப்பாற்ற மறுத்திருக்கிறார்கள்.

உடைமைகளால் வரும் ஆபத்துக்கள்

பெற்றோர் தம் பிள்ளைகளுக்கு என்னவெல்லாம் தர வேண்டும்? மூன்று அடிப்படைத் தேவைகள்; உணவு, உடை. தங்கும் இடம். அதற்காக ஒவ்வொரு வேளையும் விருந்து சாப்பாடும், அலமாரி நிறைந்து வழியும்படி விலையுயர்ந்த ஆடைகளும்தான் தந்தாக வேண்டும் என்பதில்லை.

தனது ஒரு வாரச் சம்பளத்தையும் குடித்துத் தீர்க்கும் குடிகார அப்பனை நாம் வெறுக்கிறோம். ஆனால் நாம் கவனிக்கத் தவறுவது பல்லாயிரம் குடும்பங்கள் பொருளாதாரச் சிக்கலில் மாட்டித் தவிப்பதற்குக் காரணம், தனக்குக் கட்டுப்படியாகாத ஆடம்பரக் காரை வாங்கும் தந்தையும், பண அட்டைகளைப் பயன்படுத்தும்போது சுய கட்டுப்பாடு இல்லாத தாயும்தான்.

உங்கள் தேவைகளுக்கும் ஆசைகளுக்கும் இடையில் உள்ள வேறுபாட்டைப் புரிந்து கொண்டு விட்டாலே பொருளாதார அடிமைத்தனத்தை நீங்கள் தவிர்த்து விடலாம்.

குடும்பத் தேவைக்காக சம்பாதிப்பது மட்டும் உங்கள் கடமையல்ல, சம்பாதித்த பணத்தை திறம்பட நிர்வகிப்பதும் உங்கள் கடமைதான். இன்றைய தேவைகளை நிறைவேற்று வதும், நாளைக்காகச் சேர்த்து வைப்பதும் அதில் அடங்கும்.

உங்கள் குடும்பத்தின் பாதுகாப்பும் தேவைகளும் அவை உடல், உள்ளம், பொருள் எது சார்ந்ததானாலும், அவை அத்தனையும் உங்கள் பொறுப்புதான். அதை நிறைவேற்றுவது கடமை மட்டுமல்ல; இன்பமும் கூட.

6

நம் இல்லம் மகிழ்ச்சியாலும், சிரிப்பாலும் நிறைந்திருக்கும்

தங்கள் மகன் ஏ க்ரேடுக்குப் பதில் பி க்ரேட் வாங்கியதற்காக மனம் நொந்து போன பெற்றோரைப் பார்த்து ஆசிரியை கூறினார். ''உங்களுக்கு மூன்று குழந்தைகள் பிறந்திருக்கலாம்''

வாழ்க்கையை மிகவும் சீரியசாக எடுத்துக் கொள்ளும் பெற்றோர்களால் பல குழந்தைகள் தங்கள் குழந்தைப் பருவத்தையே இழந்து விடுகிறார்கள்.

எழுத்தாளர் க்லென் வான் எகெரான் எடுத்துக் காட்டியிருக்கும் ஓர் ஆராய்ச்சி முடிவின்படி பாலர் பள்ளிப் பிள்ளைகள் ஒரு நாளைக்கு 450 முறையாவது சிரிக்கிறார்கள். பெரியவர்கள்? சராசரியாக ஒரு நாளைக்கு 15 முறை என்ற அளவுக்கு சிரிப்பின் எண்ணிக்கை பயங்கரமாகக் குறைந்து விடுகிறது. சிலர் சிரிப்பதே இல்லை.

நாம் நமது மகிழ்ச்சியை மீட்பது எப்படி? பதில் தெளிவாக ஒன்றுதான். நாம் மீண்டும் குழந்தைகளாக மாற வேண்டும். ஓரத்தில் ஒதுங்கி வேடிக்கை பார்க்காமல் உங்கள் குழந்தைகள் சிரிக்கும்போது நீங்களும் சேர்ந்து சிரியுங்கள். அவ்வளவுதான்.

ஒரு நல்ல மருந்து

சிரிப்பு குழந்தையின் இடைத் துணியை மாற்றுவதற்கு ஒப்பானது என்று சொல்வார்கள். நிரந்தரமான தீர்வு இல்லையென்றாலும் நிலைமையை அப்போதைக்கு சீராக வைக்க முடியும். இதுவரை உலகில் பரிந்துரைக்கப்பட்ட மருந்துகளிலேயே மிகவும் விலை குறைந்த மருந்து சிரிப்பு மட்டுமே.

''அடுத்த தலைமுறைக்கு வரமளிக்க ஒரு வாய்ப்புக் கிடைத்தால் நான் ஒவ்வொருவருக்கும் தம்மைப் பார்த்துத் தாமே சிரித்துக் கொள்ளக் கூடிய ஆற்றலையே தர விரும்புவேன்'' என்று குறிப்பிட்டார் *பீனட்ஸ்* தயாரிப்பாளர் சார்லஸ் ஸ்கல்ட்ஸ்.

முன்னே செல்லுங்கள். தளர்த்திக் கொண்டு சிரியுங்கள். உங்கள் வீட்டை ஆன்மாவின் கீதத்தால் நிரப்புங்கள்.

7

நான் என் பெற்றோருக்குப் பெருமை தேடித் தருவேன்

ஹூஸ்டனில் உள்ள ஒரு தனியார் விருந்தகத்தின் உள்ளே தனது பெற்றோர் நுழையும்போது மார்க்கும் ப்ரெண்டா ஜோன்ஸூம் 'ஆச்சரியம்' என்று கத்தினார்கள்.

அந்த அறை உறவினர்கள், நண்பர்கள் மற்றும் தெரிந்தவர்களால் நிறைந்து வழிந்தது. சிலர் பல வருடங்களாகச் சந்திக்காதவர்கள்.

மார்க் கூறினார், ''என் தந்தைக்கு உயிர் கொல்லும் புற்றுநோய் இருப்பதை அறிந்தேன். என் பெற்றோர் எவ்வளவு விரும்பத் தக்கவர்கள் என்பதை ஒரு நினைவஞ்சலியின் போது மக்கள் தெரிவிக்கும்வரை காத்திருக்க நான் விரும்பவில்லை.''

அந்த நிகழ்ச்சி ஒரு குடும்ப ஒருங்கிணைப்பாக, ஒரு சிறப்பான குடும்ப விசேஷமாக, ''இது உங்கள் வாழ்க்கை'' தொலைக்காட்சி நிகழ்ச்சி எல்லாவற்றையும் ஒன்றாக இணைத்தது போலத் தோன்றியது.

அந்த வயதான தம்பதிகள் ''இன்று எங்கள் வாழ்க்கையிலேயே மிகச் சிறந்த நாள்'' என்று நெகிழ்ந்து போனார்கள்.

உத்தரவாதம்

பத்து புனிதக் கட்டளைகளில் ஒன்றான ''உங்கள் வாழ்வு பூமியில் நீண்டதாயிருக்க வேண்டுமானால் உங்கள் தாய்

தகப்பனை மதியுங்கள்'' என்பது வேத வாக்கு மட்டுமல்ல. நீண்ட வாழ்நாளுக்கு உத்தரவாதம் அளிக்கும் இறையாணையும் கூடத்தான். யாரோ ஒருவர் சொல்லக் கேட்டிருக்கிறேன், ''முதுமையை மதித்தால் முதுமையை அடைவோம்''.

கீழ்ப்படிதல் மரியாதையோடு சேரும்போது நல்ல உயர்ந்த பலன்களைக் கொண்டு வருகிறது.

ஏன் நமது பெற்றோருக்கு நாம் மிகச் சிறந்த மரியாதையைத் தர வேண்டும்? ஏனெனில் அவர்கள் தங்கள் வாழ்நாளை நம்மீது அன்பு செலுத்துவதிலும், நமது நன்மைக்காகப் பாடுபடுவதிலும், நமது குண நலன்களை உருவாக்கும் ஆயிரக் கணக்கான கைம்மாறு கருதாத செயல்களைச் செய்வதிலும் செலவிடுகின்றனர்.

இந்தக் கேள்விக்குப் பதிலளிக்க ஒரு நொடி செலவிடுங்கள். என் பெற்றோரை நான் மதிப்பது போலவே என் பிள்ளைகள் என்னை மதித்தால் போதுமா?

உங்கள் பதில் ஆமென்று இருக்குமென்று நம்புகிறோம்.

8

நான் எனது அன்பையும் பாசத்தையும் காட்ட உறுதி கூறுகிறேன்

ஓர் இளம் மனைவி ஆலோசகரிடம் ''என் கணவர் எங்கள் நாய் ஸ்கிப்பரை நடத்துவது போல என்னை நடத்தினால் கூட நான் சந்தோஷப்படுவேன்'' என்று கூறினாள்.

ஆலோசகர் ''என்ன சொல்கிறீர்கள்?'' என்று கேட்டார்.

அவள் விளக்கினாள், ''ஒவ்வொரு நாள் சாயந்தரமும் என் வீட்டுக்காரர் வேலைலேர்ந்து திரும்பி வரும்போது எங்க நாய் குலச்சுகிட்டே முன்ன ஓடிப்போய் அவர்கிட்ட மூனு விஷயத்தை எதிர்பார்த்து நிக்கும்; மொதல்ல அதுக்கு கனிவா ஒரு பார்வை; அடுத்தது அன்பான ஒரு வார்த்தை; அப்பறம் ஆசையா ஒரு தடவல்; இதெல்லாம் நாய்க்குத்தான் கிடைக்கும். நான் ஒண்ணும் அதிகம் எதிர்பார்க்கலை; ஒரு பார்வை; வார்த்தை, தொடுகை அவ்வளவுதான்''.

வீரமும் ஈரமும்

ஒவ்வொரு நாட்டிலும் ஆண்கள் தங்கள் கௌரவத்தைக் காத்துக் கொள்ள தங்கள் ஆண்மையை நிலைநிறுத்திக் கொள்வது முக்கியம் என்று எண்ணுகிறார்கள். பலருக்கு ஆண்மை என்றால் கடினத்தன்மை, முரட்டுத்தனம், எஃகு போன்ற உறுதி என்று பொருள் தோன்றுகிறது. தாங்கள் இதுவரை ஒரு சொட்டு கண்ணீர் கூடச் சிந்தியதில்லை என்று கூடச் சிலர் பெருமைப்பட்டுக் கொள்வார்கள். அன்பு காட்டுவது, அக்கறை செலுத்துவதெல்லாம் பெண்களுக்கே உரியது என்று இவர்கள் எண்ணுவார்கள்.

உங்கள் உணர்வைக் காட்டுவது நீங்கள் மென்மையானவர் என்றோ, அன்பையும் நேசத்தையும் வெளிப்படுத்துவது நீங்கள் பலவீனமானவர் என்றோ பொருளல்ல.

மீண்டும் கண்டுபிடிக்க வேண்டிய வார்த்தைகள்.

''என் குழந்தைகளுக்கு அவர்கள் மீது நான் அன்பு செலுத்துவது தெரியும்; அதை நான் சும்மா சும்மா சொல்லிக் கொண்டே வேறு இருக்க வேண்டுமா?'' என்று ஒரு தந்தை சொன்னதை நான் மறக்கவே மாட்டேன்.

அவர் சொன்னது எவ்வளவு தூரம் சரி? உங்கள் அகராதியில் ''நான் உன்மீது அன்பு செலுத்துகிறேன்'' என்ற சொற்கள்

இல்லையென்றால் அவற்றை மீண்டும் கொண்டு வருவதுதான் நீங்கள் முதலில் செய்ய வேண்டிய வேலை.

முன்னே செல்லுங்கள். உங்கள் இதயத்தின் ஆழமான உணர்வுகளை வெளிப்படுத்துங்கள்.

9

நன்றி கூற ஒருபோதும் மறக்க மாட்டேன் என்று உறுதி கூறுகிறேன்

ஒரு புத்தகக் கடையின் நிர்வாகி ''சில வருடங்களுக்கு முன் ஓர் இளம் தம்பதிக்கு அவர்கள் திருமண நாளுக்காக ஓர் விலையுயர்ந்த பரிசை அளித்தோம்; இன்று வரை அதற்கான நன்றிக் கடிதத்தை அவர்கள் எங்களுக்கு எழுதவில்லை. எப்படித்தான் இப்படியெல்லாம் இருக்க முடிகிறதோ?'' என்று என்னிடம் அங்கலாய்த்துக் கொண்டார்.

இவர்கள் மட்டும்தான் என்றில்லை. பலரும் இப்படித்தான் இருக்கிறார்கள். ''துரதிர்ஷ்ட வசமாக, நன்றி என்ற தலைப்பு எங்கள் பள்ளிப் பாடத்திட்டத்தில் இல்லையே'' என்று ஒரு பள்ளி ஆசிரியை குறைபட்டுக் கொண்டார்.

மதிப்பை உயர்த்துதல்

ஒவ்வொரு முறை நீங்கள் நன்றி கூறும்போதும், ஒருவருடைய மதிப்பை உயர்த்துகிறீர்கள். பாராட்டு என்ற சொல்லின் பொருள் அதுதான்; மதிப்பில் உயர்தல்.

உங்கள் நன்றியின் விளைவை அதிகப்படுத்த நான்கு விஷயங்களை நீங்கள் நினைவில் வைத்துக் கொள்ள வேண்டும்.

1. நன்றியை முணுமுணுக்காதீர்கள். அது உங்கள் உள்ளத்திலிருந்து உண்மையாக வருவதாக இருக்க வேண்டும்.
2. உங்கள் பாராட்டு மொழிகள் தெளிவாகவும் தனித்தன்மையுடையதாகவும் இருக்க வேண்டும்.
3. நீங்கள் நன்றி கூறும்போது அந்த மனிதரை நேராகப் பார்த்து, அவர் பெயரை பயன்படுத்திப் பேசுங்கள்.
4. ஒரு சாதாரண விஷயத்திற்கான பொது நடவடிக்கையாக இல்லாமல் குறிப்பிட்டவரின் குறிப்பிட்ட செயலுக்காக உங்கள் நன்றி அல்லது பாராட்டு அமைய வேண்டும்.

பாராட்டுக்காக ஏங்கும் இந்த உலகில் உங்கள் கேள்வி எந்த விதத்தில் என் நன்றியை நான் தெரிவிக்கலாம் என்றே இருக்க வேண்டும்.

10

நான் கருணையுடையவனாக இருப்பேன் என்று உறுதி கூறுகிறேன்

1930களின் மாபெரும் பொருளாதார வீழ்ச்சியின் போது, நியுயார்க் நகரத்தின் மேயராக ஃபியரெல்லோ லாகார்டியா இருந்தார். ஒரு நாள் அவர், நகரத்தின் மிகவும் வறுமை நிறைந்த பகுதியின் நீதிமன்றத்துக்குச் சென்றார். அங்கே இருந்த நீதிபதியைப் பார்த்து ''நான் வேண்டுமானால் இன்றைய

வழக்கின் அமர்வுகளைப் பார்த்துக் கொள்கிறேன். தாங்கள் வீட்டுக்குச் செல்லலாமே'' என்று கூறினார். நீதிபதியும் மகிழ்ச்சியோடு சம்மதித்தார்.

அன்றைக்கு லா கார்டியா கேட்ட முதல் வழக்கு, ஒரு பாட்டி ரொட்டி திருடியதற்காகக் கைது செய்யப்பட்ட வழக்கு. ''நீ குற்றவாளியா, நிரபராதியா''என்று வினவினார் மேயர். பாட்டி மெல்லிய குரலில் பதிலளித்தாள். ''யுவர் ஆனர், பேரப் பிள்ளைகளுக்கு ஊட்ட உணவில்லை. அதனால் ரொட்டி எனக்குத் தேவைப்பட்டது''.

லா கார்டியா ''உனக்குத் தண்டனை அளிப்பதைத் தவிர எனக்கு வேறு வழியில்லை. ஒன்று நீ 10 டாலர் அபராதம் கட்ட வேண்டும் அல்லது 10 நாள் சிறைவாசம் அனுபவிக்க வேண்டும்'' என்று தீர்ப்பளித்தார். இந்தத் தீர்ப்பைப் படித்து முடித்ததும், அவர் தனது தொப்பியை எடுத்து அதனுள் 10 டாலர்களைப் போட்டார்; பிறகு நீதிமன்றத்தில் இருந்த அனைவருக்கும் ஒரு பாட்டி தன் பேரப்பிள்ளைகளுக்கு உணவூட்டத் திருட வேண்டிய நிலையில் இருக்கும் நகரத்தில் வாழ்வதற்காக 50 சென்ட் அபராதம் விதித்தார்.

எல்லோரும் 50 சென்ட் கொடுத்தபின்னர், அந்த மூதாட்டி தனது அபராதத் தொகையைக் கட்டினாள். பிறகு அவள் கையில் 47.50 டாலர்கள் இருந்தது.

மேயருக்குக் கருணைக்கும் கண்டிப்புக்கும் உள்ள வேறுபாடு தெரிந்திருந்தது.

எவ்வளவு தூரம் போவீர்கள்?

உங்கள் செயல்கள் உண்மையான அன்பையும் அக்கறையையும் காட்டுகின்றனவா? ஜார்ஜ் வாஷிங்க்டன் கார்வர், ''உங்கள் வாழ்வில் எவ்வளவு முன்னேறுகிறீர்கள் என்பது நீங்கள் எவ்வளவு தூரம் இளையவர்களிடம்

மென்மையாகவும், முதியவர்களிடம் பாசத்தோடும், துன்பப் படுகிறவர்களிடம் கருணையோடும், பலவீனமானவர்களிடம் பொறுமையோடும் நடந்து கொள்கிறீர்கள் என்பதைப் பொறுத்தது. ஏனெனில் வாழ்வின் ஏதாவது ஒரு தருணத்தில் நீங்கள் இவற்றில் ஏதேனும் ஒன்றாக இருக்கலாம்'' என்று உறுதியாகக் கூறுகிறார்.

அடுத்தவரது ஆசைகளை மதிப்பது உங்கள் ஆசைகள் நிறைவேறத் திறவுகோலாக அமையும்.

அக்கறையை ஓர் அர்ப்பணிப்பாகப் பின்பற்றுங்கள்.

11

அடுத்தவர் கருத்தை மதிப்பேன் என்று உறுதி கூறுகிறேன்

ஒரு தொழிற்சாலையின் மேஸ்திரி தமது அறையில் மேசையின் மேலடுக்கில் ஒரு கோல்ஃப் பந்தை வைத்திருப்பார். கடுமையான கருத்து வேற்றுமைகளோடு இரண்டு தொழிலாளர்கள் அவரிடம் வந்தால் இருவரையும் எதிரெதிரே அமரச் செய்துவிட்டு அந்த கோல்ஃப் பந்தை அவர்களிடம் காட்டி அதன் நிறம் என்ன என்று கேட்பார்.

இடப்பக்கம் உள்ளவர் வெள்ளை என்று அடித்துக்கூறுவார். வலப்பக்கம் உள்ளவர் சற்றுக் குழம்பி ''இல்லையே, அது கறுப்புத்தான்'' என்று கூறுவார்.

உண்மையில் அந்தப் பந்து ஒருபுறம் வெள்ளையாகவும் மறுபுறம் கறுப்பாகவும் வண்ணம் தீட்டப்பட்டிருக்கும்.

இப்போது தலைவர் சண்டையிடும் தனது தொழிலாளிகளிடம் ''நீங்கள் அடுத்தவருடைய கண்ணோட்டத்தைப் புரிந்து கொள்ளாத வரைக்கும் பந்தின் நிறத்திலும் சரி, வேறெதிலும் சரி உங்களுக்குக் கருத்தொற்றுமை வரப் போவதில்லை'' என்பார். அவர்களிடையே இருந்த கருத்து வேறுபாடுகள் நீங்க அது ஒரு நல்ல தொடக்கமாக அமையும்.

பிறரைப் புரிந்து கொள்வதும் அவர்கள் கருத்தைப் பொறுத்துப் போவதும் மிகவும் முக்கியம். புனிதர் தாமஸ் அக்வினாஸுடைய கருத்தின்படி ஒருவனை நீ உன் கருத்துக்கு மாற்ற வேண்டுமானால் முதலில் நீ அவன் நிற்கும் இடத்துக்குப் போய், அவன் கையைப் பற்றிக் கொண்டு அவனை உன் இருப்பிடத்திற்கு வழிநடத்தி அழைத்து வர வேண்டும். அறையின் எதிர்மூலையில் நின்று கொண்டு அவனிடம் கத்துவதோ, அவனை முட்டாள் என்று அழைப்பதோ, அவனை நீ இருக்குமிடம் வரக் கட்டளையிடுவதோ உதவாது. நீ அவன் இருக்குமிடம் சென்று உன் வேலையைத் தொடங்கு. அதுதான் அவனை நகர்த்தக் கூடிய ஒரே வழி.

உங்கள் முன்னேற்றப் பாதை மரியாதை என்னும் கற்களால் செதுக்கப்பட்டிருக்கட்டும்.

12

நான் ஒரு நேர்மறைத் தாக்கமாக இருக்கப் பாடுபடுவேன்

ஒரு மனநல மருத்துவர் பத்துப் பேரிடம் ஒரு புதிர்த் தொடரைக் கொடுத்து விடுவிக்கச் சொன்னார். அவர்கள்

எப்படிச் செய்திருந்த போதிலும் பாதிப்பேரிடம் அவர்கள் நன்றாகச் செய்திருப்பதாகவும், மீதிப்பேரிடம் அவர்கள் மோசமாகச் செய்திருப்பதாகவும் கூறினார். பிறகு அவர்களிடம் ''நீங்கள் இன்னொரு புதிர்த் தொடரை விடுவிக்க வேண்டும்'' என்று இன்னொரு தொடரைக் கொடுத்தார். இம்முறை முடிவுகள் வேறு விதமாயிருந்தன.

''முதல் சோதனையின்போது எப்படி கணிக்கப்பட்டார்களோ நல்லதோ, மோசமோ, அப்படியேதான் இந்தச் சோதனையின் போதும் அவர்கள் செயல்பட்டார்கள்'' என்று மருத்துவர் வெளியிட்டார்.

பொதுவாக மக்கள் நீங்கள் அவர்களிடம் எதிர்பார்ப்பதைத் தான் செய்கிறார்கள். எனவே அவர்களை ஒரு நல்ல கண்ணோட்டத்திலேயே பாருங்கள் என்றனர்.

அவர்களை உற்சாகப் படுத்துங்கள்

எதிர்மறை விஷயங்களிலேயே ஊறிக் கிடப்பது எதிர் மறையைத்தான் உண்டாக்கும். உதாரணத்துக்கு, நியுயார்க்கின் வாகன வர்த்தகத்தின் விற்பனை மேலாளர் மார்க் டிட்வெல் ''கார்கள் விற்கவில்லையென்றால் உங்கள் ஊழியர்களை ஏதோ அது அவர்கள் தவறுதான் என்பது போலக் குற்றம் கூறுவதுதான் மிகப் பெரும் தவறு'' என்று வாதிடுகிறார். அவர் மேலும், ''அவர்களுக்குத் தங்கள் விற்பனைப் பொருளைப் பற்றித் தெரியவில்லை; அவர்கள் நல்ல வாடிக்கையாளர்களைத் தேடிப் பிடிக்கவில்லை; அல்லது இன்னும் ஏதேனும் குறைகளை நான் கூறலாம் தான். ஆனால் நான் குறை சொல்லச் சொல்ல மேலும் மேலும் வெறுப்புத்தான் வளரும், அது உதவாது'' என்று விளக்குகிறார்.

சரி, அப்போது வழி என்ன? அதையும் மார்க் கூறுகிறார். ''அவர்கள் பலங்களைப் பாருங்கள்; அவர்களை உற்சாகப்

படுத்துங்கள்; அடுத்த விற்பனைக்கு அவர்களைத் தூண்டி விடுங்கள்.''

உங்களைச் சுற்றி இருப்பவர்களுக்குள்ளே நீங்கள் தூவும் விதை அது கசப்போ, இனிப்போ செடியாகிப் பழம் தரும்.

எதிர்மறைகளை வேறு யாருக்காவது விட்டு விடுங்கள். இன்றும் நாளையும், நீங்கள் சந்திக்கும் ஒவ்வொருவரின் வாழ்க்கையையும் ஒளிமயமாக்க உறுதி பூணுங்கள்.

13

மக்களுக்குள் இருக்கும் மிகச் சிறந்ததை வெளிக்கொணர உறுதி பூணுகிறேன்

ஒரு மருத்துவமனைத் தலைவரின் நிர்வாகச் செயலாளராக இருந்த ஒரு பெண் தனது செயல் திறமையினால் பெரும் புகழ் பெற்றவர். அவரிடம் ஒரு முறை நிறுவன ஆண்டு மலருக்காக பேட்டி கண்டபோது, ''இவ்வளவு துடிப்பாக நீங்கள் விளங்கக் காரணம் என்ன?'' என்று கேட்டார்கள்.

அவர் ஒரு கணம் யோசித்து விட்டுப் பதிலளித்தார், ''எவ்வளவு சிறிய வேலையாக இருந்தாலும் சரி, நான் அதை செய்து முடிக்கும்போது என் முதலாளி என்னை மனமாரப் பாராட்டுவார். அடுத்த முறையும் அந்தப் பாராட்டைத் தக்க வைத்துக் கொள்ள வேண்டும் என்ற பொறுப்பு எனக்கு ஏற்பட்டு விடும்.''

தங்கத்தைத் தேடி

தலைமைப் பண்பு பற்றிய எனது கருத்தரங்குகளில் நான் பலதரப்பட்ட மனிதர்களைச் சந்தித்திருக்கிறேன். அச்சம், நிர்ப்பந்தம், பயமுறுத்தல் இவற்றைக் கொண்டு ஆட்சி புரிபவரின் கீழே வேலை பார்ப்பது எத்தகைய அனுபவமாக இருக்கும் என்பதை அவர்கள் என்னோடு பகிர்ந்து கொள்வார்கள். சில சமயம், இவைதான் அந்தத் தலைவனிடம் இருக்கும் மொத்த ஆயுதங்களோ என்று கூட எனக்குத் தோன்றும். அத்தகைய ஒருவரிடம் வேலை பார்க்கும் நண்பர் கூறுவார், ''பல நாட்கள் வேலைக்குப் போக வேண்டும் என்று நினைத் தாலே அடிவயிறு கலங்கும்'' என்பார்.

சமூகத்தின் ஒவ்வொரு தளத்திலும், மக்களுக்குள் இருக்கும் சிறந்ததை வெளிக்கொணரும் சக்தியுள்ள ஆண், பெண்கள் நமக்குத் தேவைப்படுகிறார்கள்.

உள்ளார்ந்த சக்தியை உணர்கின்ற, ஒரு மனோ நிலையை வளர்த்துக் கொள்ளுங்கள்.

தி ஃபிரென்ட்ஷிப் ஃபாக்டர் புத்தகத்தின் ஆசிரியர் ஆலன் லாய் மெக்கென்னிஸ் குறிப்பிடுகிறார், ''மக்களுக்கு நோக்கத்தைத் தந்து அவர்கள் ஆற்றலைச் சிறந்த முயற்சிகளை நோக்கி திருப்பக்கூடிய ஒரு மனிதனால் நிரப்பப்படுவதற்கு காத்திருக்கும் ஒரு வெற்றிடம் ஒவ்வொரு மூலையிலும் உள்ளது என்பதைத்தான் சரித்திரம் நமக்குக் காட்டுகிறது''.

அடுத்தவர்களைப் பாராட்டும் போதும், அவர்களை ஊக்கப்படுத்தும் போதும், அவர்களிடமிருக்கும் சிறந்ததை வெளிக்கொணரும் போதெல்லாம் நீங்கள் ஒரு புதிய சிகரத்துக்கு உயர்கிறீர்கள்.

14

என் உரையாடல் உயர்த்துவதாகவே அமையும் என்று உறுதி கூறுகிறேன்

பல வருடங்களுக்கு முன்பு எங்கள் ரோடரி சங்கத்தில் பேச வந்த பேச்சாளர் ஒருவர் ஒரு நல்ல யுக்தி ஒன்றைக் கூறினார். அதை நான் எப்போதும் பின்பற்ற விரும்புகிறேன். ''எந்தத் தலைப்பைப் பற்றி நீங்கள் பேசினாலும் சரி, முடிக்கும்போது ஓர் ஆக்கபூர்வமான கருத்தோடு முடிக்க வேண்டும்.''

அன்றே அதை நினைவில் வைத்துக்கொண்டு முயன்று பார்த்தேன். அதையே ஒரு பழக்கமாக ஆக்கிக் கொள்ளும் அளவுக்கு மிக நன்றாக அமைந்தது. இன்றைக்கும் ஒவ்வொரு சந்திப்பையும், கருத்துப் பரிமாற்றத்தையும் மனதுக்கு உயர்வு தரும் ஏதோ ஒன்றோடுதான் முடிக்கிறேன்.

ஒரு சிறிய உந்துதல்

லட்சக்கணக்கில் உறுப்பினர்களை ஈர்த்துள்ள எடை குறைப்பு நிகழ்ச்சியின் நிறுவனரான ஜீன் நிடெஷை ''உங்களால் எப்படி இத்தனை பேருக்கு உதவ முடிகிறது?'' என்று கேட்டபோது அவர், உதவும் ஆர்வம் தமது பதின்வயதுகளில் தொடங்கியதாகக் கூறினார். அவர் தினமும் பூங்காவில் நடக்கும்போது தாய்மார்கள் ஒருவரோடு ஒருவர் அரட்டை அடித்துக் கொண்டிருக்க, சிறுவர்கள் தள்ளுவதற்கு ஆளில்லாமல் ஊஞ்சலில் அமர்ந்து கொண்டிருப்பதைக் கவனித்து வந்திருக்கிறார். ''நான்

அவர்களைத் தள்ளி விடுவேன்'' ஜீன் நினைவுகூர்ந்தார். ''ஊஞ்சலில் அமர்ந்திருக்கும் ஒரு குழந்தையின் ஊஞ்சலைத் தள்ளினால் என்ன நடக்கும் தெரியுமா? கூடிய சீக்கிரம் அவனே கால்களை உந்தி உந்தி தானே ஊஞ்சலை ஆட வைத்து விடுவான். வாழ்க்கையிலும் என் வேலை அதுதான்; அடுத்தவர்களை உந்தி விடத்தான் நான் இங்கே இருக்கிறேன்.''

குறிப்பிடத்தக்க நன்மைகள்

உங்கள் தாக்கத்தால் ஏற்படும் பயன் என்ன? நேர்மறைச் சிந்தனையாளர் நார்மன் வின்சென்ட் பீல் ''நீங்கள் யாரெல்லாம் நல்லவராக, உறுதியானவராக, சிறந்தவராக வளர உதவுகிறீர்களோ அவர்கலெல்லாம் உங்கள்மீது மாறாத பக்தியைச் செலுத்துவார்கள்'' என்று உறுதிபடக் கூறினார்.

கட்டுமானப் பணியைத் தொடங்குங்கள். ஆக்கபூர்வமான சொற்களைப் பேசுங்கள்; பரப்புங்கள்.

15

தீங்கான விமர்சனத்தைத் தவிர்ப்பேன்

ஒரு சமூகசேவை இயக்கத்துக்கு நிதி திரட்டும் ஒரு விருந்தில் நானும் என் மனைவியும் சில நண்பர்களுக்கு உதவுவதற்காகக் கலந்து கொண்டோம். துரதிர்ஷ்டவசமாக, அந்தப் பெரிய சாப்பாட்டு அறை மூன்றில் ஒரு பங்கு மட்டுமே நிரம்பி இருந்தது. நொந்துபோன தலைவர் கூட்டம் சேராததற்காக, வருத்தம் தெரிவித்துக் கொண்டிருந்தார்.

விருந்து முடிந்த பின், நாங்கள் திரும்பும்போது, மிகவும் வெறுப்பில் இருந்த தலைவர், நிகழ்ச்சி ஒருங்கிணைப்பாளரைத் திட்டிக் கொண்டிருப்பதைக் கேட்காமல் இருக்க முடியவில்லை. ''என்ன நடந்தது? உனக்கு மட்டும் நிகழ்ச்சியை ஒழுங்காக விளம்பரப் படுத்தத் தெரிந்திருந்தால் கூட்டம் நிரம்பி வழிந்திருக்கும்''.

இந்தக் கருத்தைச் சொல்ல இது இடமல்ல; மேலும் அவர் தனது கருத்தை இன்னும் ஆக்கபூர்வமான முறையில் எடுத்துக் கூறியிருக்கலாம் என்று எனக்குத் தோன்றியது.

முக்கிய விஷயங்கள் முதலில்

நாம் விரும்பத் தகாத நடவடிக்கைகளையும் சமாளிக்கத் தான் வேண்டியிருக்கிறது. ஆனால் உண்மையான நிபுணர்கள் பயன்படுத்தும் திருத்தும் முறைகள் தூண்டுகிறவையாக அமைகின்றன; துவண்டு போக வைப்பதில்லை.

தேசிய கால்பந்தாட்டக் கழகத்திலும், கல்லூரிகளிலும் பயிற்றுனராகப் பல்லாண்டுகள் பணியாற்றிய ஜான் ராபின்சன் சொல்கிறார், ''ஒரு விளையாட்டு வீரரின் திறமையில் எனக்கு முழு நம்பிக்கை உண்டு என்ற உறுதிப்பாடு அவருக்கு வரும் வரையில் அவரை நான் விமர்சிப்பதில்லை.''

ராபின்சன் அந்த விளையாடு வீரரிடம் அவர் ஆட்டம் ஏறத்தாழ பரிபூரணமாக இருப்பதாகவும், சிற்சில சிறிய மேம்பாடுகளைச் செய்யும் தருணம் வந்திருப்பதாகவும் கூறுவார்.

உங்களிடம் யாராவது 'உன்னுடைய நன்மைக்குத் தான் சொல்கிறேன்' என்ற ரீதியில் உரையாடலைத் தொடங் கினால் கவனமாக இருங்கள். பல சமயங்களில், அதில் உங்கள் நன்மையை விட அவர்கள் நன்மைதான் அதிகமாக இருக்கும்.

தங்கள் பெருமையை நிலைநாட்டிக்கொள்ள பிறரைத் தாழ்த்திப் பேசும் பலரும், பெரும்பாலும் தாழ்வு மனப் பான்மையினால் பீடிக்கப் பட்டவர்களாகவே இருப்பார்கள். ஒருவர் உணர்ந்து கூறியது, ''அடுத்தவரைத் தாழ்மைப்படுத்த வேண்டுமென்றால் நீ தாழ்ந்தவனாக இருந்தால்தான் முடியும்.''

உங்கள் தலைமைப் பண்புக்கான குண நலன்களின் பட்டியலிலிருந்து குற்றம் காண்பதையும்,குறை சொல்வதையும் நீக்கி விடுங்கள்.

16

அடுத்தவர்களை எடைபோடுவதை நிறுத்தி விடுவேன் என்று உறுதி கூறுகிறேன்

பழி போடும் நபர்களால் இந்த உலகமே நிறைந்துள்ளது. அவர்களுக்கு செயல்திறமை இருக்காது, ஆனால் ''இப்படி நாடகத்தை எழுதி விட்டு அது வெற்றி பெறும் என்று எப்படி எதிர்பார்க்கிறார்?'' என்று தங்கள் கருத்தைக் கூற மட்டும் அவர்கள் தயங்குவதில்லை.

தாங்களாகவே நியமித்துக் கொண்ட நீதிபதிகளை நாம் எங்கும் பார்க்கலாம். உதாரணத்துக்கு, ஓர் உலகத்தலைவர் மூன்று நிமிட அறிக்கை ஒன்றை வெளியிட்டால், அதை ஊடக

வல்லுனர்கள் செத்த நாய் மேல் ஈ மொய்ப்பது போல முப்பது மணி நேரம் அலசுவார்கள்.

நெருப்போடு போராட்டம்

பல லட்சம் டாலர்கள் செலவில் எடுக்கப்படும் ஒரு ப்ராட்வே சினிமாவின் வெற்றி மறுநாள் காலை நாளிதழில் வரும் விமர்சனத்தில் தான் அடங்கியுள்ளது.

ஒரு நியுயார்க் விமர்சகரைப் பற்றிக் கூறுவார்கள். ''அவர் எந்த சந்தர்ப்பத்திலும் குறை கூறாமல் இருந்ததில்லை''.

நீங்களே தாக்குதலுக்கு ஆளானால் என்ன செய்ய வேண்டும்? நெருப்பை நெருப்பால் அணைக்க முயலாதீர்கள். அது ஜ்வாலைகளை இன்னும் அதிகப்படுத்தும்.

அடுத்தவர் மீது குறை கண்டுபிடிக்க செலவிடப்படும் உங்கள் நேரம், உங்கள் வாழ்க்கை லட்சியத்தை அடையத் தேவையான சக்தியை உறிஞ்சி விடும்.

தீர்ப்பு சொல்வதற்குப் பதிலாக, அன்பையும் நம்பிக்கையையும் பரப்புங்கள். மிச்சிகனைச் சேர்ந்த தொழில் நிபுணர் ரிச்சர்ட் தெவாஸ் ''வாழ்க்கை, சோதனைகளுக்கு உள்ளாகும்போது ஆக்கபூர்வமான உந்துதலுக்கு நிகர் எதுவுமில்லை. அது ஒரு சின்ன புன்முறுவலாக அல்லது 'உன்னால் முடியும்' என்று ஒரு நம்பிக்கை ஊட்டும் வார்த்தையாகக் கூட இருக்கலாம்'' என்று நம்புகிறார்

உங்கள் கவனத்தை உள்முகமாகத் திருப்புங்கள். சுய திருத்தல் உங்களை மீண்டும் செல்ல வேண்டிய பாதைக்கு அழைத்து வருவதோடு புதிய வழிகளையும் காட்டுகிறது.

17

பொறாமையை வெல்ல உறுதி பூணுகிறேன்

ஒரு விவசாயியின் மலையடிவார நிலங்களைச் சுற்றி ஓர் அழகிய ஓடை ஓடிக் கொண்டிருந்தது. அவர் நிலத்தில் வருடாவருடம் அமோக விளைச்சல். அவருக்கு அடுத்த இடத்தில் இருந்த பக்கத்து வயல் சொந்தக்காரரோடு ஒரு முறை நம் விவசாயிக்கு சண்டை வந்துவிட்டது. ஆத்திரத்தினாலும் பொறாமையாலும் கண நேர முடிவெடுத்து ஓடையை மறித்துத் தடுத்து விட்டார்.

என்ன நடந்தது? இரண்டு விவசாயிகளுக்கும் பயிர் பாழானது.

பொறாமையும் எரிச்சலும் ஆட்சி செய்யும் மனமுடையவர்களின் நடவடிக்கை விளக்கத்துக்கு அப்பாற்பட்டதாயிருக்கும். மூட்டைப்பூச்சியை ஒழிக்க வீட்டைக் கொளுத்தின மாதிரி என்பது நம் பழமொழி.

வயிற்றெரிச்சலின் வேர்கள்

ஷேக்ஸ்பியரால் பச்சைக்கண் பூதம் என்று வர்ணிக்கப்பட்ட பொறாமை இன்னும் பூமியில் உலாவிக் கொண்டுதான் இருக்கிறது.

பொறாமை உங்கள் மனதை ஆட்கொண்டு உங்கள் உணர்வுகளை ஆட்சி செய்யும்போது யார் பாதிக்கப் படுகிறார்கள்? ஒருவர் சொன்னார், "பொறாமைப் படுவது

வேகாததைத் தின்பதைப் போல; வயிற்று வலி உங்களுக்குத் தான் வரும்.''

ஒன்றை மட்டும் நினைவில் வைத்துக் கொள்ளுங்கள். நீங்கள் யாரைப் பார்த்துப் பொறாமைப் படுகிறீர்களோ, அவர்மீது உங்களுக்கு மிகவும் உயர்ந்த மதிப்பு இருக்கிறது. பொறாமை உங்களுக்குப் பிடிக்காதவர்கள் மீது வருவ தில்லை.

அடுத்த முறை பொறாமை தலை தூக்கினால் உங்களுக்கு நீங்களே நினைவுபடுத்திக் கொள்ளுங்கள். ''எனக்கு இவரைப் பிடித்திருக்கிறது. அதை நான் ஏன் நல்ல முறையில் வெளிப் படுத்தக் கூடாது?''.

18

என்மீது கடுமையாகவும், மற்றவர்களிடம் மென்மையாகவும் நடந்து கொள்ள உறுதியளிக்கிறேன்

சில பேர் சுய முன்னேற்றப் புத்தகங்களைப் படித்திருப் பார்கள். பல ஆக்கபூர்வமான கருத்தரங்குகளில் கலந்து கொண்டிருப்பார்கள். ஆனால் பலன் ஏதும் இல்லாமல் இருந்த இடத்திலேயே தான் இருப்பார்கள். இவர்கள் அடுத்தவர்களை எஃகு மனத்தால் இரும்புக்கரம் கொண்டு அடக்கியாள எண்ணுவார்கள்.

சரி. அவர்கள் தங்கள் வாழ்வை எப்படி நடத்துகிறார்கள்? வழக்கமாக எதிர்மறையாகத்தான் இருக்கும். போகத்தில் மிதந்து, வாழ்வை எளிதாகக் கடக்கும் வழிகளை ஒவ்வொரு சந்தர்ப்பத்திலும் பயன்படுத்தத் தவற மாட்டார்கள்.

ஒரு பிளாஸ்டிக் தொழிற்சாலையின் நிர்வாகி ஒருமுறை தமது தொழிற்சாலையை மூத்த குடிமக்களுக்குச் சுற்றிக் காட்டிக் கொண்டிருந்தார். அப்போது ஒரு முதியவர் கேட்டார், ''இங்கே எத்தனை பேர் வேலை செய்கிறார்கள்?''.

நிர்வாகி புன்முறுவலோடு விடையளித்தார், ''பாதிப் பேர்''.

கூடுதல் முயற்சி

ஜான் ராக்ஃபெல்லரின் செல்வ மதிப்பு அவராலேயே கூட எண்ண முடியாதது. ஆனால் அவரும் ஒவ்வொரு மனிதனும் தன் வாழ்க்கையை நடத்தத் தானே உழைத்து சம்பாதிக்க வேண்டும் என்று கருதுகிறார். ''ஒரு மனிதனின் முயற்சியின்றி வரும் செல்வம் அவனுக்கு நன்மையைத் தராது; சாபக்கேடாகவே முடியும்'' என்பது அவரது கோட்பாடு.

சுய ஒழுங்குமுறையின் லாபங்கள் என்னென்ன? ஜிக் ஜிக்லரின் வார்த்தைகளில், ''நமக்குக் கிடைக்கும் ஊதியத்திற்கு மேல் நாம் வேலை செய்வோமானால், நாம் செய்யும் வேலைக்கு மேல் ஊதியம் கிடைக்கும்.''

ஓரே சமயத்தில் கடினமாகவும் மென்மையாகவும் இருக்க முடியுமா? புகழ்பெற்ற இல்லினாய் எழுத்தாளர் கார்ல் சாண்ட்பர்கைப் பொறுத்தவரை முடியும் என்பதுதான் பதில். ஆப்ரஹாம் லிங்கனைப் பற்றிய தனது மடை திறந்தாற் போன்ற பேச்சால் நாடாளுமன்றத்தையே தனது பிடிக்குள் கொண்டு வந்தவர் சாண்ட்பர்க். அவர் கூறுவது, ''மனித குலத்தின் வரலாற்றில் ஓரே சமயத்தில் எஃகும், வெல்வெட்டும் தன்னுள்ளே அமைந்தவரும், பாறையைப் போன்ற கடினத் தன்மையும், பனியைப் போல் குழைவும் நிறைந்தவரும், தன் மனதிற்குள்ளேயே ஒருங்கே முரண்பாடுகள் மிக்க கடும் புயலையும், பெரும் சாந்தத்தையும் கொண்ட நிறை மிகுந்த மனிதர் அடிக்கடி தோன்றுவதில்லை.''

நீங்கள் எத்தனை வேடம் பூண்டாலும், உங்கள் உள்ளே வலிமையும், மென்மையும், கடினமும், கண்ணீரும் இணைந் திருக்க அனுமதியுங்கள்.

19

பொறுமையைப் பயிலுவேன் என்று உறுதி கூறுகிறேன்

இது அவசர உலகம். எல்லாம் உடனுக்குடன் நிறைவேறி விட வேண்டும். மைக்ரோவேவ் சமையலைச் சாப்பிடுகிறோம்; ஏடிஎம்மில் பணம் எடுக்கிறோம்; உடனடியாக ஃபோட்டோ எடுத்து நண்பர்களுக்கு இமெயில் செய்கிறோம். 10 வினாடிகளுக்குள் நமது கணினி லட்சம் எண்களைக் கணக்கிடவில்லையென்றால் எரிச்சலடைகிறோம்.

ஒரு மனிதன் வானத்தை நோக்கிப் பிரார்த்தித்தான், ''இறைவா! எனக்குப் பொறுமையைக் கொடு; அதுவும் இப்போதே''.

விடாமுயற்சி வெற்றியைத் தரும்

பெரும் பியானோ இசைக் கலைஞர் பதரெஸ்கியிடம் அவரது தீவிர ரசிகர் ஒருவர், ''நீங்கள் இன்னமும் அன்றாடப் பயிற்சி செய்கிறீர்கள் என்பது உண்மையா?'' என்று கேட்டார். பதரெஸ்கி, அதற்கு ''ஆமாம், தினமும் எட்டு மணி நேரமாவது பயிற்சி செய்கிறேன்'' என்று பதிலளித்தார்.

''உங்களுக்கு உலகத்தளவு பொறுமை இருக்க வேண்டும்'' என்று வியந்தார் ரசிகர். பதரெஸ்கி அதற்கு ''அடுத்தவரை

விட அதிகமாக ஒன்றும் எனக்குப் பொறுமை கிடையாது, என்ன, எனக்குக் கொடுக்கப்பட்ட பொறுமையை நான் பயன்படுத்துகிறேன்'' என்றார்.

மிஸோரியில் நடந்த ஒரு கூட்டத்தின் போது மேடையில் என்னோடு 'தி மேஜிக் ஆஃப் திங்கிங் பிக்' ஆசிரியர் டேவிட் ஸ்க்வார்ட்ஸ் கலந்து கொண்டார். அவர் தனது பேச்சின்போது மூன்று வகை மனிதர்களைப் பற்றி விளக்கினார். 1.பொறுமையற்ற மனிதர்கள் 2.ஓரளவு பொறுமையுள்ளவர்கள். 3.நிலைகுலையாமல் பொறுமையைக் கடைப்பிடிப்பவர்கள்.

ஸ்க்வார்ட்ஸ் சபையோரை மூன்றாவது நிலையான நிலைகுலையாமல் பொறுமையைக் கடைப் பிடிப்பவர்களாக இருக்கவும், எப்போதும் அந்த நிலையை அடைய முயற்சிக்கவும் வேண்டினார். ஏனெனில் ''பெரிய சாதனைகள் புரிய கால அவகாசம் தேவை''

என்றோ ஒரு நாள் அடையப் போகும் பலனுக்கு இன்று நாம் தரும் விலையே பொறுமை.

20

எனக்குத் தீங்கிழைத்தவர்களை மன்னிக்க உறுதி கூறுகிறேன்

சளி, தொண்டைக்கட்டு இவற்றின் முதல் அறிகுறி தென்பட்டவுடன் நீங்கள் உடனே என்ன செய்வீர்கள்? பெரும்பாலோர் ஒரு கோப்பை சாத்துக்குடி ரசம் குடிப்பீர்கள்; ஆஸ்பிரின் மாத்திரை போட்டுக் கொள்வீர்கள்; அல்லது பக்கத்திலுள்ள

மருந்துக்கடைக்குப் போய் ஏதாவது மருந்து வாங்கி சாப்பிடுவீர்கள்.

கால தாமதம் நிலைமையை மேலும் மோசமாக்கும் என்பதால் உடனடி நடவடிக்கை எடுப்பீர்கள்.

நமக்கு எதிராகச் செயல்படுபவர்களை மன்னிக்கவும். அதே உடனடி செயல்பாடு தேவைப்படுகிறது. முடிவெடுக்காத ஒவ்வொரு நாளும் பிரச்சினை மேலும் பெரிதாகி நிலைமை கை மீறும் அளவு போய் விடுகிறது.

நிரந்தரமாக மன்னியுங்கள்

பல பேர் உண்மையாகத் தன் வன்முறை எண்ணங்களைக் கைவிடுவதில்லை. ஆனால் நடந்ததை மீண்டும் மீண்டும் சொல்லி அதற்கு ஒரு நினைவுச் சின்னம் கட்டிப் பெருமை யடித்துக் கொள்வார்கள்.

என்னால் மன்னிக்கத்தான் முடியும், மறக்க முடியாது என்பதும் என்னால் மன்னிக்க முடியாது என்பதன் வேறு வடிவம்தான்.

''நான் உன்னை மன்னிக்கிறேன்''. மூன்றே சொற்கள்தாம். இவை கடந்த காலத்தைப் புதைக்கும்; நிகழ்காலக் காயங்களை ஆற்றும்; வளமையான ஓர் எதிர்காலத்துக்கு உங்கள் இதயத்தைத் தயார் செய்யும்.

21

என்னால் காயமடைந்தவர்களிடம் "என்னை மன்னித்து விடுங்கள்" என்று சொல்வேன்

பால்டிமோரில் இருக்கும் ஒரு கணக்காளரான டாம் பெய்லி ஒரு வாடிக்கையாளரின் கட்டண நிர்ணயம் குறித்துத் தன் முதலாளியோடு நடந்த வாக்குவாதத்தை நினைவு கூர்ந்தார். உணர்வுகள் கொந்தளித்தன; வார்த்தைகள் தடித்தன. மறுநாள் காலை முதலாளி டாமுக்காகக் காத்திருந்தார் "நேற்று என் நடத்தைக்காக வருந்துகிறேன்; தயவு செய்து என் மன்னிப்பை ஏற்றுக் கொள்" என்றார்.

தனது மேசையிலிருந்து தலையை நிமிர்த்தாமலேயே டாம் "பரவாயில்லை" என்றார்.

முதலாளி மன அமைதி பெற்றார். ஆனால் டாம் ஒப்புக் கொள்கிறார். "நான் உள்ளே கொதித்துக் கொண்டிருந்தேன்.என் மீதிருக்கும் தவறை என்னால் ஒத்துக் கொள்ள முடியவில்லை".

தானும் மன்னிப்புக் கேட்க வேண்டும் என்று டாம் உணர்வதற்குள் இரண்டு வாரங்கள் ஓடி விட்டன. கடைசியாக மேலதிகாரியின் அறைக்குள் சென்று, "இது கொஞ்சம் காலம் கடந்து போய் விட்டதுதான், இருந்தாலும் சில வாரங்களுக்கு முன் நான் கத்தியதற்காக உண்மையாகவே வருந்துகிறேன். என்னை மன்னிப்பீர்களா?" என்று கேட்டார்.

மேலதிகாரியும், "தாராளமாக, அதை நான் அப்போதே மறந்து விட்டேன்" என்றார்.

நிறைய பேருக்குத் தங்கள் தவறை ஒப்புக் கொள்வதைக் காட்டிலும் அடுத்தவரை மன்னிப்பது எளிதாக இருக்கிறது.

விற்பனை ஆலோசகர் நிடோ க்யுபென் கூறுகிறார், ''தவறை ஒத்துக்கொள்வது காக்கையைத் தின்பது போல. எத்தனை மசாலா போட்டாலும் சரி, அது எப்போதுமே சுவையாக இருக்காது. ஆனால் எவ்வளவு சீக்கிரம் சாப்பிடுகிறீர்களோ அவ்வளவு கசப்பு கம்மியாக இருக்கும்''.

உங்கள் தோல்வியை ஒப்புக்கொள்வது பலவீனத்தின் அடையாளமல்ல; மாறாக பலத்தின் சான்று.

நமது கடமையைச் செய்வது

''நான் மன்னிப்புக் கேட்கத்தான் கேட்டேன். ஆனால் அவன் அதை ஏற்றுக் கொள்ளவில்லை'' என்றார் ஒரு நண்பர்.

நான் ''கவலைப்படாதே, நீ என்ன செய்ய வேண்டுமோ அதைச் செய்து விட்டாய்'' என்று பதிலளித்தேன்.

மன்னிப்புக் கேட்பதனால் சமரசம் உத்தரவாதமல்ல. ஆனால் சரியான பாதையில் நீள எடுத்து வைக்கப்பட்ட ஓர் அடியாகும். மன்னிக்க ஒருவர் போதும்; மனம் இணைய இருவர் வேண்டும்.

ஒரு தேவை

சக் ஸ்விண்டெல் சொல்லுவார், ''மன்னிப்பு வாழ்க்கைக் கல்வியில் விருப்பப் பாடமல்ல; கட்டாயப் பாடம். அதில் தேர்வுகள் எப்போதுமே கடினமானவை.''

''என்னை மன்னியுங்கள்'' என்பது கற்றுக் கொள்ளக் வேண்டிய முதல் பாடமாகும்.

22

சொந்த விருப்பு வெறுப்புகளை அகற்ற உறுதி பூணுகிறேன்

நியுயார்க் நகரத் தெருவில் ஒரு பலூன்காரன் பலூன் விற்றுக் கொண்டிருந்தான். கூட்டம் சேர்ப்பதற்காக முதலில் ஒரு வெள்ளை பலூனில் காற்றை நிரப்பிப் பறக்க விட்டான், இரண்டாவதாக ஒரு சிவப்பு பலூன்; பிறகு ஒரு மஞ்சள் பலூன்.

அவன் பொருட்களை வாங்கக் குழந்தைகள் கூடினார்கள். பார்த்துக் கொண்டேயிருந்த ஒரு கறுப்புச் சிறுவன் பலூன்காரனிடம் கேட்டான். ''ஐயா, ஒரு கறுப்பு பலூனில் காற்றை நிரப்பி விட்டாலும் அதுவும் மேலே பறக்குமா?''.

பலூன்காரன் குனிந்து சிறுவனின் கண்களை நேரே பார்த்துச் சொன்னான், ''கண்டிப்பாகத் தம்பி, பலூனின் நிறமல்ல, அதனுள்ளே இருக்கும் பொருள்தான் அதை மேலே ஏற்றுகிறது''.

மேற்பரப்புக்கு அடியில்

இந்த பலூன்காரனின் உணர்வு ஒரு விதிவிலக்காக இல்லாமல் கொள்கையாக இருக்குமானால், நம் நாட்டின் மிகப்பெரிய தீமைகளில் ஒன்றை நாம் விலக்கி விடலாம்.

சமத்துவத்தில் நம்பிக்கை இருப்பதாகச் சொல்லும் நம் சமுதாயத்தின் மேற்பரப்பின் அடியில், நம் நாட்டின் அஸ்திவாரத்தையே ஆட்டக் கூடிய இனப்பாகுபாடும், வெறுப்பும் படர்ந்துள்ளன.

முற்கோள் - இச்சொல்லின் பொருளே ஒரு விஷயத்தைப் பற்றி சரியாகப் புரிந்து கொள்வதற்கு முன்னால் நாமே ஒரு முடிவுக்கு வந்து விடுவது என்பதுதான்.

மக்கள் தாம் புரிந்து கொள்ளாத ஒன்றை எதிர்க்கும் வழக்கம் காலம்காலமாக நடைபெற்று வருகிறது.

நம் ஆன்மாவுக்குள் ஆழமாகப் பார்த்துக் கொள்ள வேண்டிய தருணம் வந்துவிட்டது. கடவுளின் படைப்பு அத்தனையையும் நாம் தழுவிக் கொள்கிறோமா? நாம் பிரிக்காமல் சேர்க்கிறோமா? நிறப்பாகுபாடு பார்க்காமல் இருக்கிறோமா?

வெறுப்பு உள்ளே புக முடியாதபடி அன்பினால் நிறைந்த ஒரு நெஞ்சத்தை அருளச் சொல்லி ஆண்டவனை வேண்டுங்கள்.

23

நிலைத்து நிற்கும் நட்புகளை வளர்க்கப் பாடுபடுவேன்

பத்து வருடத்துக்கும் மேலாக மியாமியில் உள்ள ஒரு நில மதிப்பீடு அலுவலகத்தில் ஃப்ராங்கும் ஸ்டீவும் சேர்ந்து வேலை பார்த்து வந்தனர். ஃப்ராங்க்குக்கு அட்லான்டாவுக்கு மாற்றல் வந்தபோது, ஒரு சக ஊழியர் அவனிடம் ''ஸ்டீவின் பிரிவை நீ எப்படித் தாங்குவாயோ?'' என்று கேட்டார். அப்போது ஃப்ராங்க் ''ஸ்டீவ் ஒன்றும் என் நெருங்கிய நண்பனல்ல. சும்மா தெரிந்தவன். அவ்வளவுதான்'' என்றான்.

சக ஊழியர் விடவில்லை. ''நீங்கள் எப்போதும் சேர்ந்தே இருப்பீர்கள்; சேர்ந்தே சிரிப்பீர்கள்'' என்று மடக்கினார்.

ஃப்ராங்க் ஒரு கணம் யோசித்து விட்டு ''ஆமாம், ஆனால் சேர்ந்து அழுததில்லையே'' என்றான்.

பட்டியலில் இருப்பவர் யார் யார்?

உங்கள் சிறந்த நண்பர்களின் பட்டியலைத் தொகுத்தால் அதில் யார் யார் பெயர்கள் இடம்பெறும்? ஒரு ஆபத்துக் காலத்தில் அவர்களை நம்ப முடியுமா? உங்களுடைய சோதனைக் காலத்திலும் அவர்கள் கூட இருப்பார்களா?

''நான்காம் வகுப்பு ஆசிரியை தம் வகுப்பு மாணவர்களை நட்புக்கு இலக்கணம் என்ன என்று விளக்கச் சொன்னார். ஒரு சிறுவன் அர்த்தமுள்ள பதிலை எழுதினான். அது இதுதான். ''உண்மையான நண்பன் உன்னைப் பற்றி எல்லாம் தெரிந்தவன். இருந்தாலும் உன்னை நேசிப்பவன்''.

உங்கள் இதயத்தைக் கொடுங்கள்.

சமூக அந்தஸ்தோ, பணப்புழக்கமோ நட்பு வட்டத்தை அதிகரிப்பதில் முன்னிலை வகிப்பதில்லை.

நட்பை அதிகரிக்கக் கையைக் குலுக்கினால் மட்டும் போதாது, இதயத்தையும் தர வேண்டும்.

டேல் கார்னகியின் வார்த்தைகள் இன்றும் உண்மையாக விளங்குகின்றன. ''அடுத்தவர்கள் விஷயத்தில் அக்கறை காட்டுவதன் மூலம் நீங்கள் இரண்டு மாதத்தில் பெறும் நட்பு வட்டம், அடுத்தவர்களை உங்கள்மீது அக்கறை கொள்ள வைக்க இரண்டாண்டு முயலுவதன் மூலம்கூடக் கிடைக்காது''.

வாழ்நாள் முழுக்க வரும் நட்புகளை வளர்க்கத் துவங்குங்கள்.

24

நான் ஒரு சமாதானப் புறாவாக விளங்க உறுதி கூறுகிறேன்

என் நண்பர்கள் இருவர் வாக்குவாதத்தில் ஈடுபட்டிருந்த அறைக்குள் நான் செல்ல நேரிட்ட தருணம் இன்றும் என் நினைவில் பசுமையாக உள்ளது. சொற்கள் மட்டும் துப்பாக்கி ரவைகளாக இருக்குமானால், அன்றைக்கு நான் பாதுகாப்புக்கு எங்காவது பதுங்கியிருக்க வேண்டும்.

அவர்கள் கவனத்தைக் கவரவும், நிலைமையைக் கட்டுக்குள் கொண்டு வரவும் ''நிறுத்துங்கள்'' என்று பொருள்பட நான் என் இரண்டு கைகளையும் மேலே தூக்கினேன்.

அறை ஒரு வழியாக அமைதியானதும், நான் சிறு வயதில் கேட்ட ஓர் அறிவுரையை வேண்டுமென்றே காதில் விழாத மிக மிக மெல்லிய குரலில் முணுமுணுத்துக் கொண்டேன்.

அது வேலை செய்தது. சிறிது முன்பு வரை நாகரிகமான முறையில் கருத்து வேற்றுமைகளைப் பேசித் தீர்த்துக் கொள்ள இயலாத என் நண்பர்கள் இருவரும் நான் சொல்லுவதைப் புரிந்து கொள்வதற்காகத் தங்கள் குரலைத் தாழ்த்தினர்.

பல நூற்றாண்டுகளுக்கு முன்பே பழமொழியில் எழுதி வைத்தார்கள், ''இன்சொல் இன்னலைத் தீர்க்கும், வன் சொல் வன்மம் வளர்க்கும்''.

ரகசியம்

சமாதானமும் நல்லெண்ணமும் நிறைந்த ஒரு சூழலை உருவாக்குவது என்பது, பல ஆண்டுகள் ஆராய்ச்சி செய்து

கண்டுபிடிக்க வேண்டிய கடினமான வழிமுறை அல்ல. தனது புத்தகமான ''தி செவன் சீக்ரெட்ஸ் ஆஃப் ஹைலி சக்சஸ்ஃபுல் பீப்பிளின்'' ஆசிரியர் ஸ்டீஃபன் ஆர்.கோவி சொல்கிறார். ''உறவுகளைப் பற்றிய மிக முக்கியமான அந்த ஒரு கொள்கையை நான் ஒரே வரியில் சுருக்கிச் சொல்ல வேண்டுமென்றால், அது இதுதான்: முதலில் புரிந்து கொள்ள முயலுங்கள், பிறகு புரிய வைக்கலாம்''.

என் நண்பர்களான டேவ் மற்றும் ஸாலி வெல்டே தங்கள் ஹோண்டா வண்டியில் வைத்திருக்கும் 'நான் ஒத்துப்போகிறேன்' எனப் பொருள்படும் தனிப்பட்ட உரிமப்பலகை எனக்கு மிகவும் பிடிக்கும்.

25

என் குடும்பம் மற்றும் நண்பர்களுக்கு என் முழுமையான விசுவாசத்தை அளிக்க உறுதி கூறுகிறேன்

நிறையப் பேருக்கு விசுவாசத்தை விளக்க வேண்டியதில்லை. அதை தினசரி வாழ்க்கையில் அவர்கள் கடைப்பிடிக்கிறார்கள். துரதிர்ஷ்டவசமாக, சிலருக்கு அது இடம் மாறிப் போய் விடுகிறது.

- ஆயிரக்கணக்கான எல்விஸ் ரசிகர்கள் தங்கள் மன்னனின் பிறந்த நாளுக்காக க்ரேஸ்லாண்ட் மாளிகைக்குப் பாதயாத்திரை போகிறார்கள்.

- பல விளையாட்டு ரசிகர்கள் தங்கள் அபிமான குழுவை உற்சாகப் படுத்த கடைசி டாலரையும் செலவழித்துக் கொண்டு நாட்டின் இன்னோர் கோடிக்குப் பறப்பார்கள்.
- கலிஃபோர்னியாவைச் சேர்ந்த ஒரு கால்நடை மருத்துவர் என்னிடம் கூறினார், "தங்கள் சொந்தக் குடும்ப உறுப்பினர்களிடம் காட்டுவதை விடத் தன் நாய், பூனைகளிடம் அதிக விசுவாசம் காட்டும் மனிதர்களை நான் அறிவேன்".

நாம் நேசிப்பவர்களிடம் காட்ட வேண்டிய உண்மையான விசுவாசம் எங்கே? நம் மனைவியிடம் காட்டுகிறோமா அல்லது நம் குழந்தைகளிடமாவது காட்டுகிறோமா? நம் விசுவாசம் மாபெரும் நடிகர்களுக்காகவோ, அரசியல் தலைவர்களுக்காகவோ, பிரபலங்களுக்காகவோ உருவானதல்ல. நாம் நம் குடும்பத்தையும் நண்பர்களையும் இன்னும் பல மடங்கு நேசிக்கக் கடமைப் பட்டுள்ளோம்.

நட்பின் பந்தம்

அரக்கன் கோலியாத்தை கொன்றபிறகு இளம் டேவிடுக்கு என்ன நேர்ந்தது என்று உங்களுக்கு நினைவிருக்கிறதா? சால் அரசன் டேவிடுக்குப் பெருகிய புகழைக் காணப் பொறாமல் அவனைக் கொல்ல ஏற்பாடு செய்தான். சாலின் மகன் ஜோனதன் டேவிடைக் காத்தான், அந்த நட்பு இறுதி வரை மாறாமல் இருந்தது.

உண்மையான் ஒட்டுறவு சூறாவளிகளை சமாளிக்கும்; மயக்கங்களை எதிர்கொள்ளும்; தாக்குதலின் போதும் தடுமாறாமல் நிற்கும்.

நீங்கள் ஒரு முறைதான் வாழப்போகிறீர்கள். உங்கள் நம்பிக்கைக்குரியவர்களிடம் உங்கள் விசுவாசத்தைக் காட்ட உறுதியெடுத்துக் கொள்ளுங்கள்.

II

உங்கள்
உதவியாளர்களுக்குத் தரும்
உறுதிமொழிகள்

26

நான் எனது எல்லாச் செயல்களுக்கும் பதிலளிக்க உறுதி கூறுகிறேன்

தங்கள் முழு வெற்றிக் காலமான 1972ல், மியாமி டால்ஃபின்ஸ் அணி தேசிய கால்பந்தாட்டக் கழக நவீன சாதனையைப் புரிந்தது. பின்னால் ஸூபர் பௌல் சேம்பியன்ஷிப் சாதனைக்கும் காரணமாக அமைந்தது இந்த சாதனை. அப்போது முதுகலைப் பட்டப் படிப்பு படித்துக் கொண்டிருந்த எனக்கு இந்தச் சாதனைக் குழுவைக் காணும் வாய்ப்புக் கிடைத்தது. பயிற்சியாளர் டான் ஷூலா ஒவ்வொரு ஆட்டக்காரரும் தமது ஒவ்வொரு செயலுக்குமான முழுப் பொறுப்பையும் ஏற்க வேண்டுமென்று போதித்ததனால் வெற்றி வீரர்களை உருவாக்க முடிந்தது. அவர் சொல்லுவார், ''சின்ன மனிதன் பிறரைக் குறைகூறுகிறான்; பெரிய மனிதனோ தன்னையே குறை கூறிக் கொள்கிறான்''.

உங்கள் செயல்களுக்குக் கடைசியில் யார் பொறுப்பு? உங்கள் பெற்றோரா? உங்கள் கூட்டாளிகளா? உங்களைப் படைத்தவனா? யாரும் இல்லை. பொறுப்பைத் தட்டிக் கழிக்க முடியாது. நீங்கள்தான் இறுதி விடையைக் கூற வேண்டும்.

பேராயர் ஃபல்டன் ஜே. ஷீன் எழுதினார், ''வாழ்க்கை ஒரு வரவு செலவுப் புத்தகம் போன்றது. அதில் விற்பனைப் பதிவைபோல் ஒவ்வொரு எண்ணமும், செயலும் கணக்கிடப்பட்டு பதிவு செய்யப்படுகிறது''.

கடைசி நாள் தீர்ப்பிற்காகக் காத்திருக்க வேண்டாம். இன்றே உங்கள் செயல்களுக்கான பொறுப்பை மேற்கொள்ளுங்கள்.

27

என் செயலின் தரம் மிகச் சிறந்ததாக விளங்கும்

அமெரிக்கன் மெர்குரி பத்திரிக்கையின் பதிப்பாளரும், எழுத்தாளருமான ஹெச்.எல்.மென்கன் தனது பணியாளர்களிடம், ''அது உள்ளே வந்து கொண்டிருக்கிறது'' என்று கத்தினார்.

அனைவரும் செய்யும் வேலையை நிறுத்தி விட்டுத் தங்கள் முதலாளியைப் பார்த்தனர். ''அது நமது மேசைக்குக் கீழே வருகிறது; நமது நாற்காலிக்கே வந்துவிட்டது'' என்று கூச்சலிட்டார். ''நீங்கள் எதைப் பற்றிக் கூறுகிறீர்கள்?'' என்று பதறிப்போன பணியாளர்களில் ஒருவர் வினவினார்.

மென்கன் தொடர்ந்தார், ''நம்மைச் சுற்றி எல்லா இடத்திலும் இருக்கிறதே, உங்களுக்குத் தெரியவில்லையா?'' மென்கன் சொல்லிக்கொண்டே குதித்து மேசையின் மீது ஏறி நின்று கொண்டார்.

செய்தி அறையில் அனைவரும் குழம்பிப் போய் ''நீங்கள் எதைத்தான் சொல்கிறீர்கள்?'' என்று கேட்டார்கள்.

மென்கன் உரக்கப் பதிலளித்தார், ''சாதாரணம், சுமார், இதில் நாம் மூழ்கிக் கொண்டிருக்கிறோம்''.

சொல்லிவிட்டுச் சிலையாய்ப் போனத் தனது பணியாளர்கள் தான் சொன்னதை நினைத்துப் பார்க்க அவகாசமளிப்பதற்காக உடனே அலுவலகத்தை விட்டு வெளியே சென்று விட்டார்.

மென்கன் பெருஞ்சிறப்புக்குப் பாடுபடாத எந்த ஒரு நிறுவனத்தோடும் தனிப்பட்ட முறையில் சம்பந்தப்பட விரும்பியதில்லை.

சுமாரான செயல்பாட்டை அவர் எவ்வளவு வெறுக்கிறார் என்பதையும் அவர் தனது கூட்டாளிகளுக்கு உணர்த்தத் தவறியதில்லை.

நீங்கள் எப்படி? சிறந்த தரத்துக்கான உங்கள் அர்ப்பணிப்பு எவ்வளவு உறுதியானது?

சிறந்தது மட்டுமே

ஒரு கற்றுக்குட்டி விமானி ஓட்டும் தனியார் விமானத்தில் நீங்கள் பயணம் செய்யத் துணிவீர்களா? பயிற்சியில் இருக்கும் ஓர் அறுவை சிகிச்சை மருத்துவர் உங்கள் இதயத்தை அறுவை சிகிச்சை செய்ய ஒத்துக் கொள்வீர்களா? மாட்டீர்கள்தானே.

99.9 சதவிகிதம் சரியானது கூட நமக்குப் போதாமல் போகும் காலங்களும் உண்டு. நமக்கு 100 சதவிகித முழுமை தேவைப்படுகிறது. அதனால்தானோ என்னவோ மிகச் சிறந்த பாராசூட் அமைப்பாளர்கள் தாங்களே குதிப்பவர்களாகவும் இருக்கிறார்கள்.

தனிச்சிறப்பு நமது லட்சியத்துக்கும் மேலாக வேண்டும். அது நமது செயல்முறையாகவே ஆக வேண்டும். ரால்ஃப் வால்டோ எமெர்சன் கூறினாற் போல, ''எதையும் சுமாராகச் செய்யாதீர்கள்''.

இரண்டாவது சிறந்த இடத்துக்கே திருப்தி அடைந்து விடும் உலகில் சிகரத்தை அடைவது கடினம் அல்ல. உங்கள்

நடத்தைக்கு சாத்தியமாகக் கூடிய மிகச் சிறந்த தரத்தை நிர்ணயித்துக் கொள்ளுவதும், மணிக்கு மணி, நாளுக்கு நாள் தரமிகுந்த செயல்பாட்டைக் காட்டுவதுமே அதற்குரிய வழி.

மாரியோட் தொடர் உணவகங்கள் தங்கள் புகழைப் பெற்றதற்கு அதிர்ஷ்டம் காரணமல்ல. அதன் நிறுவனர் ஜே.வில்லியார்ட் மாரியோட் விளக்குகிறார், ''சின்ன சின்ன விஷயங்கள்தாம் பெரிய விஷயங்களைச் சாத்தியமாக்குகின்றன. எந்த வேலையிலும், நுட்பமான விஷயங்களைக் கவனித்துச் செயல்படுவதே அந்த வேலையை முதல் தரமாக்குகிறது''. தனிச்சிறப்பை உங்கள் தரமாக்கிக் கொள்ளுங்கள்.

28

நான் என்னை ஒரு தொழில் வல்லுனராக நடத்துவேன்

டாம் டெம்ஸே பிறக்கும்போதே பாதத்தில் விரல்கள் இன்றிப் பிறந்தார். அதற்காக அவர் பெற்றோர் அவருக்கு சலுகைகள் ஏதும் தரவில்லை. கட்டைகளைப் பயன்படுத்துவதற்கு மாறாகத் தன்னால் இயன்ற அளவுக்கு நடக்கவும், கால் விரல்கள் இல்லாததைக் காரணம் சொல்லாமலிருக்கவும் ஊக்குவிக்கப்பட்டார்.

அவர் நடந்தது மட்டுமல்ல; ஒரு தடகள வீரராகவும் ஆனார். தொழில்முறை தடகள வீரர். செய்ன்ட்ஸுக்காக டாம் டெம்ஸே கால்பந்து வீரராக இருந்ததை இன்றளவும் நியு ஆர்லியன்ஸில் சொல்லுவார்கள். டெட்ராய்ட்

லயன்ஸுக்கு எதிரான ஆட்டத்தில் அவரது 63 கஜ களகோல் இன்றளவும் தேசிய கால்பந்தாட்டக் கழக வரலாற்றில் மிக நீண்ட கோல் சாதனையாக நிற்கிறது.

முழு முயற்சி

பயிற்சியின்றி தங்கள் துறையில் சிகரம் தொட்ட ஒரு சிறந்த கலைஞனையோ, ஒரு திறமிக்க நடிகரையோ இதுவரை நான் கேள்விப்பட்டதில்லை; பார்த்ததில்லை. உதாரணத்துக்கு, சார்லெஸ் டிக்கென்ஸ் ஏதோ குருட்டாம்போக்கில் பெரிய எழுத்தாளராகி விடவில்லை. "நான் என் வாழ்வில் செய்ய முயன்றதையெல்லாம் முழு ஈடுபாட்டுடன் நன்றாகச் செய்யப் பாடுபட்டிருக்கிறேன். எதில் ஈடுபட்டாலும் அதில் என்னை முழுக்க அர்ப்பணித்து விடுவேன்" என்று அவரே நினைவு கூர்ந்திருக்கிறார்.

ஒரு நல்ல கருத்து

உங்களது கருத்தை உங்கள் திறமைகளில் திருப்புங்கள்; உங்கள் முடக்கங்களில் அல்ல.

தாமஸ் ஆல்வா எடிசன் காது கேளாதவர். ஆனால் அவர் தனது வாழ்நாளை தனது காது கேட்கும் திறனை வளர்க்கச் செலவிடவில்லை. மாறாக, அவர் தனது முறைப்படுத்தும் ஆற்றலில் கவனத்தைச் செலுத்தினார். சிந்திக்கவும், உருவாக்கவும் தொடங்கினார். விளைவு என்ன? அந்த மாபெரும் கண்டுபிடிப்பாளர் தம் வசம் ஃபோனக்ராஃப், மின் தொடர்ப்பாதை, ஒளிரும் விளக்கு போன்ற 1300 பொருட்களுக்கு காப்புரிமை வைத்திருந்தார்.

நீங்கள் உங்கள் செயல்பாட்டை எப்படி மதிப்பிடுவீர்கள்? சுமார்? நல்லது? பிரமாதம்? இது கைதேர்ந்தவராவதற்கான காலம்.

29

சந்திப்புகளுக்குக் காலம் தவறாமையை கடைப்பிடிப்பேன் என்று உறுதி கூறுகிறேன்

உணவு விடுதியில் இடம் முன்பதிவு செய்திருக்கிறீர்கள். நீங்கள் அழைத்த விருந்தினர் நேரத்திற்கு வரத் தவறினால் உங்களுக்கு எப்படி இருக்கும்? இந்த நிலைமை உங்களுக்கு ஏற்பட்டிருக்கிறதா? பத்து நிமிடம் கழிகிறது. அப்புறம் பதினைந்து. எப்படியோ அரை மணி நேரமாகி விடுகிறது. இதற்குள் பார்க்காமலேயே ஆர்டர் செய்யுமளவுக்கு உணவக அட்டவணையே உங்களுக்கு மனப்பாடமாகி விடும்.

இப்போது நிலைமையைத் தலைகீழாகத் திருப்பிப் பாருங்கள். காலமறிந்து காரியம் செய்வதிலும் நேரம் தவறாமையிலும் நீங்கள் 'பெயர் பெற்றவரா'? உங்கள் நண்பர்களும் கூட்டாளிகளும் உங்கள் கடிகாரம் நின்றுபோய் விட்டதோ என்று சந்தேகப்படும் நிலைமை எப்போதாவது ஏற்பட்டிருக்கிறதா?

நாட்டின் பல்வேறு பகுதிகளில் உள்ள தயாரிப்புத் தொழிற் சாலைகள் 'சரியான நேரத்தில்' என்று ஒரு தயாரிப்பு நிரலைப் பின்பற்றுகின்றன. அதன்படி எல்லா உதிரி பாகங்களும் தேவைப்படும் சமயத்துக்கு சரியாக வந்து இறங்கும். பல இடங்களில் இதனால் உதிரிபாகங்களை சேகரித்துப் பாதுகாக்கும் கிடங்குகளுக்குத் தேவையில்லாமல் போய் விட்டது. நம் தொழிலாளர்களும் அதேபோல் ஒரு சரியான கால அட்டவணையைப் பின்பற்றும் பழக்கத்தை மேற்கொண்டால் சிறப்பாக இருக்கும்.

மருத்துவர் எங்கே?

ஒருவர் என்னிடம் சொன்னார், ''என் பல் மருத்துவரோ அல்லது பொது மருத்துவரோ, என்னை அதிகம் காக்க வைக்க விடுவதில்லை. பதினைந்து நிமிடங்கள் பார்ப்பேன்; பின்னர் வரவேற்பாளரிடம் சென்று கேட்பேன்'' ''என் நேரம் மூன்று மணிக்கு இருந்தது. மருத்துவர் என்னைப் பார்க்கத் தயாராக உள்ளாரா? இல்லையென்றால் நேரத்தை மாற்றிக் கொள்ளலாம். என்னைப் பார்க்க வருபவர்களை நான் கவனிக்க வேண்டும்'' என்பேன். என்ன நடக்கும்? அவரே கூறினார், ''எப்படியாவது என்னை உடனே உள்ளே விட்டு விடுவார்கள்''.

நேரம் தவறாமையை உங்கள் கடவுச்சொல்லாக ஆக்கிக் கொள்ளுங்கள். சந்திக்க நேரம் குறித்திருந்தால் அடுத்தவர் வருகிறாரோ இல்லையோ நீங்கள் அங்கே இருங்கள்.

கூடவே, நேரத்துக்கு வெளியே வந்து விடுவதையும் பழகிக் கொள்ளுங்கள். உங்கள் நேரம் வீணாக்கக் கூடாத அளவு விலையுயர்ந்தது.

30

சரியான நேரத்தில் கருத்தான முடிவுகளை எடுப்பேன்

தான் முடிவுகளை எடுக்க சிரமப்படுவதாகவும், அதனால் தனது தொழில் முன்னேற்றம் பாதிக்கப்படுவதாகவும் ஒரு செயல் அலுவலர் ஒப்புக் கொண்டார். அக்கறை மிக்க அவர் மேலதிகாரி அவரை ஒரு மன நல நிபுணரிடம் அனுப்பி வைத்தார்.

அவரது முதல் சந்திப்பின்போது வல்லுனர் கேட்டார் ''நீங்கள் முடிவெடுக்கச் சிரமப்படுவதாக அறிந்தேன். இது உண்மையா?''

இந்த மனிதர் ஒரு கணம் மன நல நிபுணரைப் பார்த்து விட்டுத் தயக்கத்துடன் கூறினார், ''ம்ம், ஆமாம், இல்லை''.

மினியப்பொலிஸில் வாழ்த்து அட்டைக் கடை வைத் திருக்கும் ஒரு பெண்மணி என்னிடம் கூறினார். ''நான் விற்பனைக்கு உள்ளவை மற்றும் விற்று விட்டவை, இவற்றோடு முடிவாகாதவை என்று மூன்றாவது பகுதியும் வைக்க வேண்டியிருக்கிறது''.

தினசரி குழப்பங்கள்

நாம் நினைப்பதை விட நமக்கு நேரத்தில் கருத்துள்ள முடிவுகள் எடுக்கும் ஆற்றல் நிறையவே உள்ளது. இல்லை யென்றால் தினமும் போக்குவரத்து நெரிசல் மிகுந்த சாலையில் எப்படி வீடு வந்து சேர முடிகிறது? அதற்கு ஆயிரம் உடனடி முடிவுகள் எடுக்க வேண்டுமே.

அனுபவம் ஒரு நல்ல ஆசிரியரானதால், பெரும்பாலான நமது எதிர் நடவடிக்கைகள் தன்னிச்சையானவை. பொருளாதார நிபுணர் மரியான் ஃபோல்சன் சொல்கிறார். ''யோசித்துப் பார்த்தால், நீங்கள் உங்கள் தொழிலில் எடுக்கக்கூடிய முடிவுகளில் 95 சதவீதம் ஓரளவு புத்திசாலி மேல்நிலைப்பள்ளி மாணவன் எடுத்து விடுவான். ஆனால் மற்ற ஐந்து சதவீதத்தைத்தான் முதலாளிகள் நம்புகிறார்கள்''.

இது சரியா?

ஒரு பிரச்சினைக்குத் தீர்வு காண வேண்டிய சூழல் வரும்போது பெரும்பாலான நிபுணர்கள் என்ன கூறுகிறார்கள்? தயங்காமல் முடிவெடுங்கள் என்றுதான் சொல்கிறார்கள்.

ஒரு தவறான முடிவு, முடிவே எடுக்காத நிலைமையை விட மேலானது. ஏனெனில் அதை சரி செய்யவாவது முடியும்.

நீங்கள் எடுத்த முடிவு சரிதான் என்று எப்படிக் கண்டுபிடிப்பது? நடுவர் குழு ஒன்றில் பணியாற்றும் பெண்மணி ஒருவர் இந்த அறிவுரையைக் கூறினார், ''நான் உலகளாவிய கண்ணோட்டத்தைப் பயன்படுத்துகிறேன்''. நான் என்னையே கேட்டுக் கொள்வேன் ''என் முடிவையே உலகிலுள்ள ஒவ்வொருவரும் எடுத்தால் என்ன ஆகும்? அது அனைவருக்கும் நன்மையா தீமையா?''

ஒரு பயண அலுவலகத்தின் தலைவரான ஜான் மொட் தனது பணியாளர்களுக்குக் கூறினார், ''நீங்கள் முடிவெடுக்க விரும்பினால், உண்மையான தகவல்களின் அடிப்படையில், எல்லா மாற்றுகளையும் நீக்கி விடுங்கள். முடிவெடுக்க விரும்பவில்லையென்றால், தயவு செய்து குறுக்கே வராமல் ஒதுங்கி நில்லுங்கள். வழியை விட்டு விலகி இருப்பதே எங்களுக்கு உதவி''.

இன்றே முடிவெடுப்பதாக முடிவெடுங்கள்.

31

கிடைக்கும் வருமானத்துக்கு உண்மையாக உழைப்பேன்

ஒரு நாள் பள்ளி முடிந்ததும் மூன்று சிறுவர்கள் தங்கள் தந்தையைப் பற்றிப் பெருமையடித்துக் கொண்டிருந்தார்கள். முதல் சிறுவன் கூறினான் ''எங்க அப்பா

ரொம்ப வேகம்.ஓர் அம்பை எய்து விட்டு அது இலக்கைத் தாக்கும் முன்பே ஓடிப்போய் அதைப் பிடித்து விடுவார்''.

தன் தந்தையை உயரத்தில் வைக்க வேகமாக யோசித்த இரண்டாவது சிறுவன், ''நல்லாத்தான் இருக்கு, ஆனால் எங்க அப்பா மானைச் சுட்டால் அந்த குண்டு அங்கே போவதற்குள் தான் போய் மானைப் பிடித்து விடுவார்'' என்றான்.

மூன்றாவது சிறுவன் இருவர் பேசுவதையும் அமைதியாகக் கேட்டு விட்டுச் சொன்னான், ''எங்க அப்பா உங்க ரெண்டு பேர் அப்பாவையும் விட வேகம். 4.30 மணிக்கு வேலையை விட்டுக் கிளம்பி 4.15 மணிக்கெல்லாம் வீட்டுக்கு வந்துடுவார்''.

இதுதான் சட்டம்.

கொடுக்கும் சம்பளத்துக்கு ஒழுங்காகப் பணியாளர்கள் வேலை செய்தால் ஒரு நிறுவனத்துக்குக் கிடைக்கக் கூடிய நம்பமுடியாத அளவு லாபத்தைப் பற்றி எப்போதாவது சிந்தித்திருக்கிறீர்களா?

நாம் நமது நேரத்தை அற்ப விஷயங்களில் செலவிடுவதற்காகப் படைக்கப்படவில்லை.

தங்கள் புத்தகமான 'வொய் அமெரிக்கா டஸன்ட் வொர்கில்' சக் கால்சனும் ஜாக் எகெர்டும் கூறுகிறார்கள். ''கடவுள் மனித குலத்தை தான் படைத்த உலகத்தைப் பண்படுத்தவும் தன் அதிகாரத்தைச் செலுத்தவும் அழைத்தார். அது வேலைக்கான ஓர் அழைப்பு. அதில் உடலுழைப்பான காடு திருத்தி வேளாண்மை செய்வதும், அறிவு சார்ந்த உழைப்பான மிருகங்களுக்குப் பெயர் வைத்தல் போன்றவையும் அடங்கும். பின்னால் வந்த தலைமுறையினர் அடிக்கடி செய்ததைப்போல் ஒன்றை விட ஒன்று மேலானதாகவோ, முக்கியமானதாகவோ கருதப்படக் கூடாது.''

''என்னிடம் எதிர்பார்க்கப் படுவதை உண்மையிலேயே நான் செய்கிறேனா? நான் அனுபவிப்பதற்குத் தகுந்த அளவு உழைக்கிறேனா?'' என்று அடிக்கடி நம்மையே நாம் கேட்டுக் கொள்ள வேண்டும்.

32

தங்க விதிக்குத் தக்கபடி வாழ்வேன்

சட்டனூகாவில் ஒரு காப்பீட்டு நிறுவனத்தைப் பல்லாண்டுகள் நடத்திய விற்பனையாளர் ஒருவரைப் பேட்டி கண்டார்கள். அவரது வெற்றியின் ரகசியம் என்ன என்று கேட்டபோது அவர் கூறினார், ''மனத்தளவில் வாங்குகிறவரின் இடத்தில் என்னை நிறுத்திப் பார்ப்பேன். அவர்களுடைய தேவைகளையும் ஆசைகளையும் கணித்துக் கொள்வேன். நான் பொருட்களை விற்பதில்லை; மாறாக ஆசைகளை நிறைவேற்றுகிறேன். எனக்கு எத்தகைய சேவை திருப்தியளிக்குமோ அதையே நான் அவர்களுக்கும் அளிக்கிறேன்''.

இந்த விற்பனையாளர் தங்க விதி என்று அழைக்கப்படுவதைப் பின்பற்றுகிறார். அது ''உனக்குப் பிறர் செய்ய வேண்டுமென்று எதிர்பார்ப்பதை நீ மற்றவர்களுக்குச் செய்'' என்பதே.

ஒத்துப்போகும் செயல்

இதே கொள்கையைத்தான் பழங்கால கிரேக்க யூத அறிஞர்கள் எதிர்மறையில் போதித்தனர். உதாரணத்திற்கு கி.மு மூன்றாம்

நூற்றாண்டில் வாழ்ந்த ஐஸொக்ரேட்ஸ் எழுதி வைத்தார். ''பிறர் உங்களுக்கு எதைச் செய்தால் ஆத்திரமடைவீர்களோ, அதை நீங்கள் பிறருக்குச் செய்யாதீர்கள்.''

மந்திர வார்த்தை

''எனக்கு முதலில் கிறிஸ்மஸ் வாழ்த்து அனுப்பியவர்களுக்குத்தான் நான் இந்த வருடம் வாழ்த்து அனுப்புவேன்'' என்று ஒருவர் கூறிக் கொண்டிருந்ததைக் கேட்டுத் திகைத்துப் போனேன். இதுதான் கிறிஸ்மஸ் பண்டிகையின் உயிர் நாடியா?

தங்க விதியின் முதல் சொல்லே ''செய்'' என்பதுதான். வேறு வார்த்தைகளில் சொல்வதானால் முதல் முயற்சி உங்களுடையதாக இருக்க வேண்டும்.

களைகளும் மலர்களும் உண்டாவது விதைப்பதில்தான். நீங்கள் ஏதாவது அழகிய ஒன்றை அறுவடை செய்ய விரும்பினால், அதை நீங்கள் விதைக்க வேண்டும்.

உங்கள் மனதிற்கு எது சரி என்று தெரியும். அதை இப்போது வாழ்க்கையில் கடைப்பிடியுங்கள்.

33

பெறுபவராக அல்லாமல் கொடுப்பவராகவே இருப்பேன் என்று உறுதி கூறுகிறேன்

ரோமானிய சட்டத்தின்படி ஒரு போர்வீரன் ஒரு கல் தொலைவுக்குத் தனது சுமையைச் சுமந்து வரும்படி

எந்த வழிப்போக்கனையும் கேட்கலாம். ஒரு களைத்துப்போன போர் வீரன் தனது மூட்டையைச் சுமந்து வரும்படி ஒரு முதியவனை வேண்டினான்.

ஒரு கல் தொலைவு நடந்தபின்னும் முதியவன் மூட்டையை இறக்கவில்லை. வீரன் ''நீதான் ஒரு கல் தூரம் சுமந்தாகி விட்டதே. மூட்டையைக் கொடு, இனிமேல் நான் பார்த்துக் கொள்கிறேன்'' என்றான். முதியவன், ''நான் கீழே வைக்க விரும்பவில்லை. காரணம் முதல் கல் தொலைவு என் நாட்டுக்கு நான் செய்யும் கடமை. உண்மையிலேயே நான் உதவி செய்வதானால், என் கடமைக்கு மேலே செய்ய வேண்டும். அதனால்தான் நான் இன்னொரு கல் தூரம் செல்ல விரும்புகிறேன்'' என்றான்.

உங்கள் உண்மையான மதிப்பு

பெறுபவராக இல்லாமல் கொடுப்பவராக இருப்பதாக எடுக்கும் முடிவு வாழ்வில் பல புதிய கண்ணோட்டங்களை ஏற்படுத்துகிறது.

ஒரு பெரும் பணக்காரரை ஒரு நிருபர் ஒருமுறை கேட்டார், ''உங்கள் மதிப்பு என்ன என்று கேட்கலாமா?''. ''4,00,000 டாலர்கள்'' என்று அவர் பதிலளித்தார்.

நிருபர் விடாமல், ''எங்களுக்குக் கிடைத்த தகவலின் படி உங்கள் சொத்து மதிப்பு பல லட்சம் டாலர்கள்'' என்று கேட்டார்.

பணக்காரர், ''அது உண்மைதான். ஆனால் நீங்கள் என்னைக் கேட்டது என் மதிப்பு என்ன என்றுதான், என் உடைமைகளின் மதிப்பை அல்ல. சென்ற வருடம் நான் 4,00,000 டாலர்களை தானதரும காரியங்களுக்குச் செலவழித்தேன். என்னைப் பொறுத்தவரை அதுதான் என் உண்மையான மதிப்புக்கு அளவுகோல்''.

உங்கள் சொத்துக் கணக்கு உங்கள் உடைமைகளால் மதிப்பிடப்படாமல் உங்கள் கொடையால் மதிப்பிடப் படுமானால் உங்கள் மதிப்பு என்னவாக இருக்கும்?

வின்ஸ்டன் சர்ச்சிலின் வார்த்தைகளின்படி ''நம் ஜீவனம் நம் வருமானத்தால் நடக்கிறது; நம் ஜீவிதம் நம் வழங்கும் தன்மையால் நடக்கிறது''.

போகும்போது எப்படியும் எடுத்துக் கொண்டு போகப் போவதில்லை; கொடுக்கலாமே!

34

நான் சுயநல எண்ணங்களை அடையாளம் கண்டு வேரறுக்க உறுதி பூணுகிறேன்

ஒரு டெக்ஸாஸ் கல்லூரி மாணவனை, யாருக்காகவும் அக்கறைப்படாத சுயநலத்துக்காக அவனது கூட்டாளிகள் கடிந்து கொண்டபோது, அவன் ''நான் யாருக்கும் எதிராக இல்லை, எனக்காக வாழ்கிறேன், அவ்வளவுதான்'' என்றான். நிச்சயமாக அப்படி இருப்பது அவன் மட்டுமல்ல.

இந்த ஆபத்தான கண்ணோட்டம் பல லட்சக்கணக் கானோரைப் பிடித்து ஆட்டுகிறது. மன நல நிபுணர் ஜேம்ஸ் டாப்சன் சொல்லியிருக்கிறார், ''நான் முதலில் என்ற எண்ணம் எதில் செலுத்தப்பட்டாலும், திருமணமானாலும் சரி, வியாபாரமானாலும் சரி, உலக அரசியலானாலும் சரி, நமது உலகத்தையே தூள்தூளாக சிதறடிக்கும் வல்லமை உள்ளது''.

உங்கள் மதிப்பெண் என்ன?

நீங்கள் உங்கள் நெருங்கிய பத்து நண்பர்களிடம் உங்கள் நடத்தைக்கு ஒன்றிலிருந்து பத்து வரை மதிப்பெண் போடச்

சொன்னால் (அளவீடு சுயநலம் -1லிருந்து பொதுநலம் 10 வரை) உங்கள் மதிப்பெண் என்னவாக இருக்கும்?

பூச்சிகளிடம் இருந்து நாம் பாடத்தைக் கற்கலாம். தங்களுக்காகவே வாழும் ஈக்கள், மண்ணில் வாழ்ந்து, குப்பையை தின்கின்றன. தேனீக்களோ, தேனின் இனிமையினால் மனித இனத்துக்கு சேவை செய்கின்றன. அதனால் அவற்றின் உணவாக பூக்களின் மகரந்தம் அமைந்துள்ளது.

உங்கள் வாழ்வை மலர விடுங்கள். சுயநலத்தை வேரறுங்கள்.

இது உங்கள் பேச்சைக் கவனிக்கும் நேரம். எனக்கு என்று சொல்வதற்குப் பதில் நமக்கு என்று சொல்லுங்கள். எத்தனை முறை நான் என்ற சொல்லைத் தவிர்த்து நீ என்று சொல்ல முடியும் என்று பாருங்கள்.

தன்னைச் சுருக்கி, பிறரை விரிவுபடுத்த இப்போதிலிருந்து முழுமுயற்சிகளை எடுங்கள். நீங்கள் செய்திருக்கும் எந்த முதலீட்டையும் விட இதில் கிடைக்கும் லாபப்பங்கு அதிகம்.

35

பழிவாங்க மாட்டேன் என்று உறுதி கூறுகிறேன்

கான்ஸாஸில் ஒரு பதின்வயதுப் பையன் பக்கத்து வயல்காரரால் அவமதிக்கப்பட்டான். பழிவாங்குவதற்காக அருகிலுள்ள வேளாண்பொருட்கள் விற்கும் கடைக்குச் சென்று ஜான்சன் புல்விதையை வாங்கி வந்து இரவோடிரவாகப் பக்கத்து வயலில் தூவி விட்டான்.

அந்தப் புல் வகை மிகப் பயங்கரமானது, பரவினால் ஏறத்தாழ அழிக்கவே முடியாதது.

புல்லும் தன் வேலையைக் காட்டி விட்டது. வயலில் பெரும் நஷ்டம் ஏற்பட்டது. நான்காண்டுகள் கழித்து அந்த இளைஞன் பக்கத்து வயல்காரரின் மகளைக் காதலிக்கத் தொடங்கினான். திருமணமும் நடந்தது. சில வருடங்கள் கழித்து விவசாயி இறக்கும்போது அந்த நிலத்தை மகளுக்கு எழுதி வைத்து விட்டார்.

முப்பது ஆண்டுகளாக மருமகன் ஜான்சன் புல்லோடு போராடிக் கொண்டிருக்கிறான்- தான் விதைத்ததைத் தானே அறுத்துக் கொண்டிருக்கிறான்.

சமன்பாடு

தனக்கு இழைக்கப் பட்டதாக நினைக்கும் ஒரு தவறுக்குப் பழிவாங்க சிலர் வாழ்நாள் முழுவதையும் செலவிடுவார்கள். துரதிர்ஷ்டவசமாக, அது அவர்கள் சக்தியை உறிஞ்சி விடுகிறது, அவர்கள் கவனத்தை திசை திருப்பி ஏதும் உருப்படியாக சாதிக்க இயலாதபடி செய்து விடுகிறது.

''பத்து வருடமாகப் பழிவாங்கக் காத்திருந்தேன்'' என்றோ அல்லது ''அவள் என்னை ஏமாற்றி விட்டாள். அதற்கு அவளை வருந்த வைக்கிறேன், என் வாழ்நாள் முழுக்க ஆனாலும் சரி'' என்ற ரீதியிலான பேச்சுக்களை நீங்கள் கேட்டிருக்கக் கூடும். இப்படிப்பட்டவர்கள் உண்மையில் எதை வெளிப்படுத்துகிறார்கள்? ''நான் சின்ன புத்தியுள்ளவன்'' என்பதைத்தான்.

பெரிய சாதனையாளர்கள் வெறுப்புக்கும், கண நேர ஆத்திரத்துக்கும் இடம் தராதவர்களாகவே இருந்திருக்கிறார்கள் என்பதை சரித்திரம் நமக்குக் காட்டுகிறது. அவர்களுக்கு வேறு நல்ல வழி தெரிந்திருந்தது.

சிகாகோ பத்திரிக்கையாளர், ஸிட்னி ஹாரிஸ் எழுதினார் ''நாம் ஒருவருக்குப் பதிலடி தந்தால் உண்மையிலேயே

அவருக்குச் சமம் ஆகிறோம். அதாவது நமக்கிருக்கும் நியாயத்தின் வலிமையைக் கைவிட்டு பழிவாங்குவதில் அவர்கள் தரத்துக்கு இறங்கி விடுகிறோம்.''

மறு கன்னத்தைக் காட்டுவது

தேவகுமாரன் இதைப்பற்றிச் சொல்லியிருப்பது உண்மையிலேயே சிறப்பானது. அவர் ''நீங்கள் அடுத்த வீட்டுக்காரனை நேசிக்கவும் எதிரியை வெறுக்கவும் சொல்லிக் கேட்டிருப்பீர்கள். ஆனால் நான் உங்களுக்குச் சொல்கிறேன், உங்கள் எதிரிகளையும் நேசியுங்கள், உங்களை சபிப்பவர்களையும் வாழ்த்துங்கள், உங்களை வெறுப்பவர்களுக்கும் நன்மை செய்யுங்கள், உங்களை மோசமாகப் பயன்படுத்தித் துன்புறுத்துபவர்களுக்காகவும் பிரார்த்தனை செய்யுங்கள்'' என்று எடுத்துரைத்தார்.

இது காலத்தை வென்ற வாசகம்.

ஆத்திரத்தைத் தேடாதீர்கள். அமைதியைத் தேடுங்கள்.

36

எனது தலைமைப் பண்புகளை நன்கு வளர்ப்பேன்

பல வருடங்களாக நான் *''அன்பு காட்டுபவர்களே தலைவர்கள்''* என்ற தலைப்பில் ஒரு கருத்தரங்கம் நடத்தி வந்தேன். கருத்து எளிமையானதுதான். முயல்களை முன்னோக்கி ஓட்ட குச்சியால் அடிப்பதைவிட காரட்டைக் காட்டுவது சிறந்தது.

தலைமைப் பண்பின் குறிக்கோள் ஆளுகைதான் என்று இன்னும்கூடச் சிலர் நினைக்கிறார்கள். அவர்கள் நேரத்தை பொருளாதாரத்தை, இயற்கை வளத்தை எப்படியெல்லாம் ஆளலாமென்று பயில்கிறார்கள். மக்களை எப்படி கீழ்ப்படிய வைப்பது என்றும்தான்.

அதிர்ஷ்டவசமாக அடுத்தவர்களை ஆள நினைக்க நினைக்க அவர்கள் மறுப்பதையும் எதிர்ப்பதையும் காண்கிறோம்.

தலைமையின் குணங்கள்

நாம் ஓர் அமைப்பின் தலைவனை சக்தி மிகுந்தவனாக, துடிப்புள்ளவனாக, மிகுந்த ஆளுமைத்திறன் கொண்டவனாகவே கற்பனை செய்கிறோம். இவை விரும்பத்தக்க குணங்களாக இருக்கலாம். ஆனால் தாக்குப் பிடிக்கும் தலைவர்களிடம் வலுவான கொள்கை, நம்பிக்கை மற்றும் நம்பகத்தன்மை ஆகியவையும் உள்ளன. அவர்கள் என்ன சொல்கிறார்கள் என்பதை விட என்ன செய்கிறார்கள் என்பதே முக்கியம்.

- உண்மையான தலைவர்கள் தனித்தீவுகளல்ல; அணுகக் கூடியவர்கள்.
- உண்மையான தலைவர்கள் கடுமையானவர்கள் அல்ல, அக்கறை உடையவர்கள்.
- உண்மையான தலைவர்கள் கொள்கைக்குக் கட்டுப்படாமல் மக்களுக்குக் கட்டுப்பட்டவர்கள்.
- உண்மையான தலைவர்கள் பழம்பஞ்சாங்கமாக இல்லாமல் புதிய கருத்துக்களை மனம் திறந்து வரவேற்பவர்கள்.

தலைமை என்பது எப்போதுமே ஒரு பட்டப் பெயருடனோ, அதிகாரத்துடனோ சம்பந்தப் பட்டதல்ல, அது ஓர் உயிருள்ள நடைமுறை.

மந்தையும், மேய்ப்பனும்

வெஸ் ராபர்ட்ஸ் தனது வியப்பூட்டும் புத்தகமான 'லீடர்ஷிப் சீக்ரெட்ஸ் ஆஃப் அட்டிலா தி ஹன்' என்ற புத்தகத்தில் பின்வருமாறு கூறுகிறார். "மந்தை இல்லையென்றால் மேய்ப்பன் இல்லை படை இல்லாமல் படைத்தலைவன் இல்லை. தொண்டர்கள் இன்றித் தலைவன் இல்லை. எனவே தலைவர்கள் தாங்கள் பணிசெய்யும் மக்கள் மற்றும் கொள்கையின் நலத்துக் காகவும் வளத்துக்காகவும் பொறுப்பெடுத்துக் கொள்ள வேண்டியவர்களாகிறார்கள்."

நமது அறிவின் மூலமாகவும் வழிகாட்டுதலாகவும் விளங்குகிற பெரும்மேய்ப்பரை நாம் அறிந்து கொள்வது அவசியம். வேதாகமத்தில் பிரார்த்திப்பது போல, "உமது ஞானத்தில் என்னைச் செலுத்துவீராக; நீரே எமக்கு முக்தியை அருள்பவர் என்பதைத் தெளிய வைப்பீராக; உம்மைக் காலமெல்லாம் நான் பணிகிறேன்."

செதுக்கிய பாதையில் செல்வதற்குப் பதில் ஒன்றை உருவாக்குங்கள். யாருடைய கனவையோ காணாமல், உங்களுடையதைக் கண்டுபிடியுங்கள்.

தலைவர்கள் வழிநடத்துகிறவர்கள்.

37

நான் ஒரு சேவகத் தலைவனாக இருக்க வாக்களிக்கிறேன்

அலபாமா பல்கலைக்கழகத்தின் பழம்பெரும் கால்பந்தாட்டப் பயிற்றுனர் ''கரடி'' பால் ப்ரையாண்ட் பெரும் சாதனைகள நோக்கி குழுவினரை வழிநடத்தும் ரகசியத்தை அறிந்திருந்தார்.

ஒரு முறை அவர் நினைவுகூர்ந்தது, ''நான் அர்கான்ஸாஸி லிருந்து வந்த சாதாரண விவசாயக் கூலிதான். ஆனால் ஒரு குழுவை சேர்த்துப் பிடிக்கும் வித்தையை, எல்லாரும் ஒரு குழுவாக மனதாலும் சேரும் வரை எப்படி சிலரை உயர்த்துவது, எப்படி மற்றவர்களை சாந்தப்படுத்துவது என்பதையெல்லாம் நான் கற்றுக்கொண்டேன். அதற்கு மூன்று விஷயங்கள்தான் சொல்வேன்.''

> ஏதாவது தவறாகப் போனால் அதை நான்தான் செய்தேன்.
>
> ஏதாவது ஓரளவு சரியாகப் போனால், அப்போது அதை நாம் செய்தோம்.
>
> ஏதாவது உண்மையாகவே சரியாகப் போனால் அப்போது அதை நீ செய்தாய்.
>
> ப்ரையான்ட் மேலும் சொன்னார், ''இவ்வளவு இருந்தால் போதும்; உங்களுக்காகக் கால்பந்தாட்டத்தை வென்று கொடுப்பார்கள்.''

வற்புறுத்தல் வேலை செய்யாது

நாம் ஆடுமாடுகளை விரட்டி மேய்க்கலாம்; ஆனால் மக்கள் விஷயத்தில் அது நமக்கே திரும்பி விடும். பயமுறுத்தல் மற்றும் வன்முறை சில காலத்திற்கு வேண்டுமானால் பயன் கொடுக்கலாம். ஆனால் நிலைத்து நிற்காது. அன்பிலும், பரஸ்பர மரியாதையிலும் உருவான தலைமை மட்டுமே தாக்குப்பிடிக்க முடியும்.

சேவகத் தலைமை லட்சியங்களை அடைவதிலும். உறவுகளை ஏற்படுத்திக் கொண்டு வளர்ப்பதிலும், இறைவனின் ஆசியைப் பெறுவதிலும் வெற்றி அடைகிறது.

38

கூட்டுறவை வளர்ப்பேன், போட்டியை அல்ல

ஒரு தயாரிப்புத் தொழிற்சாலையின் துணைத் தலைவரை ஒரு முறை அவரது சொந்த சாதனையொன்றைக் கூறுமாறு கேட்டபோது, அவர் மறுத்து விட்டார்.

ஏனென்று கேட்டதற்கு அவர், ''ஏனெனில் அதை சாதித்தது நானல்ல, நாம்தான்'' என்றார்.

குழு உறுப்பினர்களுக்கு நடுவே போட்டியை உருவாக்குவது அரிதாகவே பயனளிக்கிறது. அது உண்மையில் நண்பர்களைவிட எதிரிகளையே அதிகம் உருவாக்கும் ஓர் அழிவு சக்தி.

இது ஒன்றும் போட்டியல்ல.

'சக்சஸ் இஸ் எ டீம் இஃபேர்ட்' புத்தகத்தின் ஆசிரியரும்

என் நண்பருமான சார்லஸ் டைகெர்ட் சொல்வார், ''ஒரு வெற்றியாளராக இருக்க வாழ்வின் ஒவ்வொரு துறையிலும் நீங்கள் நிபுணராக இருக்கத் தேவையில்லை. உங்கள் திறன்களில் குறை இருக்குமானால், நீங்கள் மற்றவர்களோடு கரம் கோர்த்துக்கொண்டு உங்கள் சக்தியை இன்னும் அதிகப்படுத்திக் கொள்ளலாம். ஒரு குழுவாக ஆனால், சக்தி வியக்கத்தக்க அளவில் மேம்படுகிறது.''

ஒரே மாதிரியான லட்சியங்கள் நம்பிக்கையை வலுப்படுத்தி, கருத்துப் பரிமாற்றத்தை ஊக்குவித்து, சுரண்டல் அச்சத்தைக் குறைப்பதால், கூட்டுறவு பயன் தருகிறது.

வணிகம், அரசாங்கம் மற்றும் கல்வித்துறை வல்லுனர்கள், நாம் மனத்தளவில் போட்டியில் ஈடுபட்டால், வெளிப்போட்டியில் வெற்றிகரமாக செயல்பட இயலாது என்று தற்போது கூறி வருகிறார்கள்.

உங்கள் எதிர்காலத்தை கூட்டுறவு என்னும் வலுவான அஸ்திவாரத்தின் மேல் எழுப்புங்கள்.

39

நான் என் உதவியாளர்களை வேலைக்காரர்களாக அல்ல, கூட்டாளிகளாக நடத்துவேன்

தன் பணியாளர்களால் போற்றப்படும் ஒரு மென்பொருள் நிறுவன முதல்வரை, அவரது தலைமைப்பாணியை விளக்கச் சொல்லிக் கேட்டபோது, அவர் சொன்னார், ''எல்லாக் காலணிகளும் எனக்குப் பொருந்தும், வேறு ஒருவர்

தொடர்புடைய விஷயத்தை நான் நிர்வகிக்க வேண்டி வந்தால், நான் என்னை அவர் நிலையில் நிறுத்திப் பார்ப்பேன். விஷயங்களை அவர் எப்படி நோக்குவார் என்று யோசித்து என் கோணத்தைத் தவிர வேறோர் கோணம் இருக்குமா என்று புரிந்துகொள்ளப் பார்ப்பேன்.''

உங்களுக்குக் கீழ் வேலை செய்பவர்களைக் கூட்டாளிகளாகக் கருதுவது ஒரு திட்டமாகவோ. வியூகமாகவோ இருந்தால் பயன் தராது. அது உண்மையானதாக, இதயபூர்வமானதாக இருக்க வேண்டும்.

சாலமன் கூறியதும் இதே கருத்தைத்தான். ''அடுத்தவர்களுக்குச் சேர வேண்டிய நன்மையைச் செய்யும் அதிகாரம் உங்கள் கையில் இருந்தால் அதைச் செய்யாமல் நிறுத்தி வைக்காதீர்கள்.''

வியப்பூட்டும் வலிமை

நீங்கள் மக்களிடம் மாற்றத்தைக் கொண்டுவர வேண்டுமென்றால், உயர்ந்த கணிப்புகளைத் தரப் பழகுங்கள். தங்கள் எதிர்பார்ப்புக்கு மீறிய சாதனைகளை அவர்கள் செய்யத் தூண்டும் ஒரு நிச்சய வழி, அவர்கள் தங்களை மதிப்பிடுவதை விட நீங்கள் அவர்களை அதிகம் மதிப்பிடுவதே.

நாம் அடுத்தவர்களின் சக்தியை உண்மையாக நம்பினால், அவர்கள் நம்மை ஏமாற்றுவதில்லை. *'தலைமை ஒரு கலை'* என்ற தமது புத்தகத்தில் மேக்ஸ் டிப்ரீயின் செய்தியும் அதுதான்.

மற்றவர்களின் சக்தியைச் சார்ந்திருத்தலை- தான் மட்டுமே எல்லாவற்றையும் செய்து விட முடியாது என்று உணருதலை- பரிந்துரைக்கிறார்.

சமத்துவம் நிலவும் சூழ்நிலையில் தான் அதிசயிக்கத்தக்க விஷயங்கள் நடைபெறுகின்றன. அதனால் கூட்டு ஏற்படுத்திக் கொள்ளுங்கள்.

40

பரஸ்பர நம்பிக்கையை வளர்ப்பேன் என்று உறுதி கூறுகிறேன்

சிலருக்கு மதிப்பில்லாத வேலைகள்தான் கிடைக்கும். அதற்கு எந்த ஊக்குவிப்பும் கிடைக்காது. ஒரு நியுயார்க் பள்ளிக் கண்காணிப்பாளருக்கு நிகழ்ந்ததைக் கேட்டபோது எனக்குச் சிரிப்புத்தான் வந்தது. ஓர் அவசர அறுவை சிகிச்சைக்காக அவர் மருத்துவமனைக்குக் கொண்டு செல்லப்பட்டார். மயக்கம் தெளிந்தபின் அவருக்காக ஒரு மின்னஞ்சல் காத்துக் கொண்டிருந்தது. அதில், ''நேற்று இரவு பள்ளி செயற்குழுவில் உங்களுக்கு விரைவாகக் குணமாக வேண்டுமென்று எட்டுக்கு ஆறு வாக்குகள் விழுந்திருக்கின்றன.''

தேர்வில் வெற்றி

நீங்கள் மிக நேர்மையானவராக, உண்மையானவராக, வெளிப்படையாகப் பேசுபவராக இருக்கலாம். ஆனால் அதற்காக உலகம் - குறிப்பாகப் புதியவர்கள்- உங்களை மனம் திறந்து ஏற்றுக்கொள்ள வேண்டுமென்று எதிர்பார்க்காதீர்கள். நம்மில் பலர் இயல்பாகவே ஜாக்கிரதை உணர்வுள்ளவர்கள் அல்லது சட்டென்று மனப்பூர்வமாக ஏற்றுக்கொள்ளத் தயங்குபவர்கள். சமீபத்தில் என் நண்பர் ஒருவர் கூறினார், ''நான் பல முறை வெந்து சாம்பலாகியிருக்கிறேன்.''

நம்பிக்கை வழங்கப்படுவதில்லை, மாறாக ஈட்டப்பட வேண்டியது. நீங்கள் உங்களை அறியாமலேயே

ஈடுபடுத்தப்படும் எத்தனையோ கணக்கற்ற தேர்வுகளில் நீங்கள் தேறும்போது நம்பிக்கை ஈட்டப்படுகிறது.

மற்றவர்களிடமிருந்து மிகச் சிறந்ததையே எதிர்பார்க்கும், நம்பும் ஒரு சூழ்நிலையை உருவாக்குவதுதான் நாம் அனைவரும் சந்திக்கும் ஒரு சவால். மருத்துவர் ஃப்ராங்க் க்ரேன் கூறுகிறார், ''மற்றவர்களை மிகவும் நம்பினால் ஏமாந்து போவோம்; போதுமான அளவு நம்பவில்லையென்றால் மன உளைச்சலுக்கு ஆளாவோம்.''

நீங்கள் அடுத்தவர்களை உண்மையாக நம்பினால், அதை வெளிப்படுத்துங்கள்.

முழுச் சார்பு

நீங்கள் ஒருவருக்குத் தரும் வேலையிலிருந்து அவர்மீது நீங்கள் வைத்திருக்கும் நம்பிக்கையை வெளிப்படுத்துகிறீர்கள். தாங்கள் அதிகாரத்தைப் பகிர்ந்தளிப்பதாக ஒரு தோற்றத்தை உருவாக்கும் தலைவர்கள் உண்மையில் கடைசி முடிவை எடுக்கும் பொறுப்பைத் தன்னிடமே வைத்திருப்பார்கள். அவர்கள் இதனால் வெளிப்படுத்தும் செய்தி என்னவென்றால், ''உன்னைச் சின்ன விஷயங்களில் நம்புவேன். ஆனால் முக்கியமானவற்றில் அல்ல.''

உங்களைச் சுற்றி இருப்பவர்களிடம் முழுமையான நம்பிக்கையை வையுங்கள். அவர்கள் அறிவை நம்புங்கள்; நம்பகத் தன்மையை சார்ந்திருங்கள்.

41

என் அதிகாரத்தைத் தவறாகப் பயன்படுத்த மாட்டேன் என்று உறுதி கூறுகிறேன்

தனது அதிகாரத்தை தவறாகப் பயன்படுத்திய குற்றம் நிரூபிக்கப்பட்டதால் ரிச்சர்ட் எம். நிக்ஸன் பதவி விலகியபோது அமெரிக்க ஜனாதிபதி அலுவலகமே ஆட்டம் கண்டது. அச்சம்பவம் நாடு முழுவதும் அதிர்ச்சி அலைகளை எழுப்பியது.

இதற்கு இருபதாண்டுகள் முன்பே ஹாரி ட்ருமன் ஜனாதிபதி பதவிக்காலத்தை எட்டாண்டுகளாகக் குறைப்பதில் உள்ள அறிவார்ந்த கோணத்தை விளக்கினார். ''அதிகாரத்தில் ஒரு மோகவலை இருக்கிறது, அது சூதாட்ட மோகம், பணத்தாசை யைப் போல மனிதனின் இரத்தத்தில் கலந்து விடும்.''

உங்களிடம் அளவற்ற அதிகாரம் இருந்தால் உங்கள் இயல்பு எப்படி மாறும் என்று எப்போதாவது சிந்தித்திருக்கிறீர்களா? நீங்கள் ஆசைக்கு அப்பாற்பட்டவரா? பில்லி க்ரஹாம் கூறினார், ''நம் எல்லோருக்குள்ளும் ஒரு வாடர்கேட் இருக்கிறது.''

உள்ளிருக்கும் குரல்

எந்த ஒரு கணினிச் சில்லையும் விட மதிப்பு மிகுந்த தொரு பொருள் நம் ஒவ்வொருவருக்கு உள்ளேயும் வைக்கப் பட்டிருக்கிறது. அதன் பெயர் மனச்சாட்சி. நாம் அந்த சிறிய உட்குரலுக்கு எத்தகைய மதிப்பளிக்கிறோம் என்பதில்தான் பல நீண்டகால விளைவுகள் சார்ந்திருக்கின்றன.

மக்கள் அடுத்தவர்களின் வாழ்க்கையை சும்மா நோட்டம் விடுவதில்லை. எந்த ஓர் ஆணோ பெண்ணோ தங்கள் எல்லையைக் கடக்கிறார்களா என்று கூர்ந்து கவனிக் கிறார்கள்.

அமெரிக்கன் ஏர்லைன்ஸ் அதிபர் ராபர்ட் ஐ. க்ரந்தால் குறிப்பிட்டார், ''மக்கள் தங்கள் தலைவரை எண்ணிப் பெருமை யடையவே விரும்புகிறார்கள். அதன் பொருள் நீங்கள் அவர்கள் கண்முன்னால் தங்களையோ மற்றவர்களையோ ஏமாற்றக்கூடிய ஒரு ஏமாற்றுப் பேர்வழியாகவோ அல்லது தாங்கள் பின்பற்ற விரும்பாத ஒரு வாழ்க்கைத் தரத்தைக் கொண்டவராகவோ இருக்கக் கூடாது.''

உங்கள் அதிகாரத்தின் அளவு எவ்வளவாக இருந்தாலும், அதை நீங்கள் எப்படிப் பயன்படுத்துகிறீர்கள் என்பது உங்கள் தேர்வு. முடிவு உங்கள் கையில்.

நீங்கள் எப்படி முடிவெடுப்பீர்கள்?

உங்கள் தொழிலே பாதிக்கப்பட்டாலும் சரி உங்கள் தரம் இரண்டாம் கருத்துக்கே இடமளிக்கக்கூடாது. இராக்கில் பாலைவனப் புயல் என்ற போர் நடவடிக்கையை முன்னின்று நடத்திய படைப் பெருந்தலைவர் நார்மன் ஷ்வோர்ஸ்காஃப் சொன்னார், ''என்னுடைய தர்மநியாயக் கொள்கைகளுக்கும், கடமைக்கும் இடையே ஒரு தேர்வு செய்யவேண்டி வந்தால், நான் தர்மத்தையே சார்ந்திருப்பேன்.''

உங்களுக்கு அத்தனை அர்ப்பணிப்பு உள்ளதா? மேலிருந்து வரும் உதவியால் நீங்கள் உங்கள் அதிகாரத்தை சிறு துஷ்ப்ரயோகம் செய்யும் சலனத்தையும் வெல்லலாம்.

42

நம்பகத்தன்மையை செயல்படுத்துவேன் என்று உறுதி கூறுகிறேன்

நெறிமுறை வள மையம் சமீபத்தில் நடத்திய ஓர் ஆய்வை யு.எஸ்.ஏ டுடே பத்திரிக்கை வெளியிட்டது. இத்தனை சதவீதம் நெறிமுறை மீறல்கள் தங்கள் சக தொழிலாளர்களால் நடத்தப்படுவதாக தொழிலாளர்கள் கூறியது.

- கண்காணிப்பாளர்களிடம் பொய் சொல்வது- *56%*
- பொய்க்கணக்கு காட்டுவது *-41%*
- அலுவலகத் திருட்டு - *35%*

பழங்காலத்தில் கசாப்புக் கடைக்காரன் தராசில் தன் கட்டை விரலை வைத்து அழுத்தி ஏமாற்றியதை எண்ணி வருந்தினார்கள். இன்று அதே கசாப்புக் கடைக்காரன் கொஞ்சமும் உறுத்தலின்றி கணினியில் விலை ஏற்றிப்போட்டு விட முடியும். நமது நவீன உலகத்தில் மனிதன் மாறவில்லை; அவன் ஏமாற்றும் முறைதான் மாறியுள்ளது.

உதாரணமாக இருப்பது

வணிகத்தில் சில தலைவர்கள் தங்கள் பணியாளர்களுக்கு கலவையான செய்திகளை அனுப்புகிறார்கள். ஒழுங்கீனத்தைச் சகித்துக் கொள்ள மாட்டோம் என்று ஒரு பேச்சில் சொல்லு வார்கள். அடுத்ததிலேயே ''உங்கள் செலவு நினைத்ததை விட

அதிகமாக இருக்கிறது. அதை சரிக்கட்ட வேண்டும். எப்படி செய்வீர்களோ தெரியாது, செய்தாக வேண்டும்.''

எழுத்தாளர் பீட்டர் ட்ரக்கர் கூறினார், ''இப்போதெல்லாம் நெறிமுறை, வணிகப் பாடப்புத்தகத்தில்தான் இருக்கிறது.''

பலர் குறுக்கு வழியில் சம்பாதித்துத் தங்கள் சாமர்த்தியத்தால் தப்பி விடலாம் என்று எண்ணுகிறார்கள். ஆனால் அப்படியல்ல. சிலிக்கான் சில்லைக் கண்டுபிடித்த ராபெர்ட் நொய்ஸ் சொன்னார், ''வியாபாரத்தில் நெறிமுறையற்றவர்கள் முன்னேறுவார்கள் என்பதை நான் நம்பவில்லை. மேலே நெறிகள் கடைப்பிடிக்கப்படவில்லையென்றால் அந்த நிறுவனத்தின் கீழ்க்கிளைகளும் அதையேதான் பின்பற்றும்.''

நம்பகத்தன்மைக்குப் படிகள் இல்லை. ஒன்று, இருந்தால் அது நூறு சதவீதம் உங்களிடம் இருக்கும். இல்லையென்றால் ஒன்றும் இல்லை.

நம்மால் மறைக்க முடியாது

ஒளி வெள்ளம் உங்கள் மீது பாய்ந்து மக்கள் உங்களை கவனிக்கும்போது நீங்கள் நேர்மையானவராக இருப்பது ஒன்றும் கடினமல்ல. யாரும் இல்லாதபோது உங்கள் நடவடிக்கை எப்படிப்பட்டது? ட்வைட் எல்.மூடி சொன்னார், ''இருட்டிலும் குணம் ஒளிர்கிறது.''

உங்கள் வாழ்க்கையின் மைல்கல்லில் நம்பகத்தன்மை பொறிக்கப் பட்டிருக்கட்டும்.

III

எனக்கு நானே தரும் வாக்குறுதிகள்

43

நான் உண்மையே பேசுவேன் என்று உறுதியளிக்கிறேன்

நாம் பொய்யர்களின் தேசமாகப் போய் விட்டோம். ஏமாற்று நம் ரத்தத்தில் ஊறியிருக்கிறது. மக்கள் அதை உணர் வதைக்கூட நிறுத்தி விட்டார்கள். தங்கள் தற்குறிப்புகளில் ஏற்றம் கொடுத்துக் கொள்வதும்; தங்கள் நடத்தையைப் பூசி மெழுகுவதுமாக, எப்போதும் உண்மைக்குச் சாயம் பூசுகிறார்கள்.

நம்மால் சகித்துக்கொள்ள முடியாத மனிதர்களைப் பார்த்து ''உங்களைப் பார்த்ததில் மிக்க மகிழ்ச்சி'' என்கிறோம். தொலைபேசி அழைக்கிறது. ''மன்னிக்கவும்; அவள் இப்போது இங்கே இல்லையே'' என்று சம்பந்தப்பட்டவர் அதே அறையில் இருக்கும்போதே பதில் சொல்கிறோம்.

'மருத்துவர் சிறிது நேரத்தில் உங்களைச் சந்திப்பார்', 'காசோலை அஞ்சலில் வருகிறது','நான் தேர்ந்தெடுக்கப் பட்டால்' போன்ற வாசகங்களை நம்பக்கூடாது என்று நமக்கு அனுபவத்தில் தெரிகிறது.

தவறான விடை

நியு ஜெர்சியில் ஒரு பாதிரியார் அறிவித்தார், ''அடுத்த வாரம் நான் ஏமாற்றைப் பற்றிப் போதிக்கப் போகிறேன். எனவே நீங்கள் தோத்திரப்பா 155ஐப் படித்துக்கொண்டு வரவேண்டும்''.

அடுத்த ஞாயிறு, அவர் தனது போதனையை தொடங்கிய வுடன் ''எத்தனை பேர் தோத்திரப்பா 155ஐப் படித்து விட்டு வந்திருக்கிறீர்கள்?'' என்று வினவினார்.

தேவாலயத்தில் எல்லாக் கைகளும் உயர்ந்தன.

''நான் உங்களை வருத்தப்பட வைக்க விரும்பவில்லை. எனினும், தோத்திரப்பா 155 என்று ஒன்று இல்லவே இல்லை'' என்றார்.

சமீபத்திய யு.எஸ்.ஏ டுடே பத்திரிக்கையின் கருத்துக் கணிப்பின்படி வெறும் 56% அமெரிக்கர்கள்தாம் தம் பிள்ளை களுக்கு நேர்மையைப் போதிக்கிறார்கள். தாய், தகப்பன்மார்கள் குழந்தைகளோடு அந்த விஷயத்தைப் பற்றி விவாதிக்கக்கூட விரும்பாத அளவுக்குத் தங்கள் நடவடிக்கையை எண்ணி வெட்கப்படுகிறார்கள் போலும்.

65% மாணவர்கள் முக்கியமான பரீட்சைகளில் ஏமாற்றத் தயங்குவதில்லை என்று ஒரு ஹாரிஸ் கணக்கெடுப்பு கூறுகிறது. அடுத்த தலைமுறை தலைவர்கள் எப்படி இருப்பார்களோ என்று நாம் கவலைப்பட வேண்டியிருக்கிறது.

நீங்கள் நேர்மைக்கும் பொய்மைக்கும் இடையில் உள்ள கோட்டைத் தாண்ட மாட்டேன் என்று உறுதியெடுத்துக் கொள்ளுங்கள்.

44

என் வார்த்தையே என் வாக்கு

சாட்சியிடம் ''நீங்கள் கடவுள் சாட்சியாக உண்மையை, முழு உண்மையை. உண்மையைத் தவிர வேறில்லாததைச்

சொல்ல உறுதியெடுத்துக் கொள்கிறீர்களா'' என்று கேட்கப் படுகிறது. வலக்கையை பைபிளின் மீது வைத்து சாட்சியும் ஒப்புக் கொள்கிறார்.

படமெடுக்கப்படும் மேல்மட்ட வழக்குகளில் ஊர்ஜிதமாவது என்னவென்றால் உறுதியெடுத்துக் கொள்வதும் வஞ்சகமான நெஞ்சுக்கு மற்றுமொரு பொய்தான்.

புகழ்பெற்ற பேச்சாளரும் எழுத்தாளருமான ஹட்டின் ராபின்சன் கூறுகிறார், ''நமது ஒப்பந்தங்களில் ஓட்டைகளை கண்டுபிடிக்க மிகவும் பணம் வாங்கும் வக்கீல்களைக் கொண்டு வந்தால் அதன் பெயர் நேர்மையல்ல. இரண்டு பேருக்கு நடுவில் தெளிவான புரிதல் இருந்தால் ஒப்பந்தம் ஒரு பெரிய விஷயமல்ல. வாய்மொழி உறுதியே போதுமானது.''

நீதிமன்றங்களும் இதை ஒப்புக்கொள்கின்றன. எழுத்து மூலமான ஒப்பந்தத்தைப் போலவே, வாய்மொழி உறுதியும் சட்டபூர்வமாகச் செல்லும்.

நம்பிக்கைக் காரணி

கொலொராடோ பல்கலைக்கழகத்தின் முன்னாள் கால் பந்தாட்ட பயிற்றுனரும், மக்களின் மனதில் நீங்கா இடம் பிடித்தவருமான பில் மெக்கார்மி, ''நம்பகத்தன்மை என்ற சொல்லை எடுத்துக் கொண்டு அதன் பொருளை ஒரே வார்த்தையில் நீங்கள் சுருக்கிச் சொல்ல முயன்றால், கடைசியில் நம்பத்தகுந்த மனிதன் என்பவன், சொல்லைக் காப்பவன். அவன் சொல்வதை நீங்கள் நம்பலாம். அவன் கொடுக்கும் வாக்கை வங்கியில் போட்டு வைக்கும் அளவுக்கு அது உத்தரவாதமானது'' என்றார்.

ஒழுக்கம் என்பது கடையில் வாங்கக் கூடிய பொருளல்ல. உங்கள் இதயத்தில் பொறித்து வைத்திருக்கும் முடிவுகளால்

உருவானது. ''அவர் சொன்னால் சொன்னதுதான்'' என்ற பெயரை மக்கள் மத்தியில் எடுக்கப் பாடுபடுங்கள்.

நீங்கள் சொல்லும் ஒவ்வொரு வார்த்தையும் முக்கியம். அது உங்கள் நிரந்தரப் பதிவின் ஓர் பகுதி.

45

என் கொள்கைகளிலிருந்து எப்போதும் பின்வாங்க மாட்டேன்

எதிர்காலத்தில் என்னவாக விளங்கப் போகிறார்கள் என்பதைப் பற்றிய விவாதத்தில், ஓர் ஆசிரியை ஒரு சிறுமியிடம் ''உன் அப்பா என்னவாக இருக்கிறார்?'' என்று வினவினார். அதற்கு அந்தக் குழந்தை, ''எனக்குத் தெரியாது. ஆனால் அவர் விளக்குகளும், கழிவறைக் காகிதங்களும் தயாரிக்கும் தொழிற்சாலையில் வேலை செய்கிறார் என்று நினைக்கிறேன். ஏனென்றால் அவற்றைத் தான் உணவு டப்பாவில் போட்டு தினம் மாலையில் வீட்டுக்கு எடுத்து வருகிறார்.''

நமது கொள்கைகளைக் காற்றில் பறக்க விடுவதன் ஆபத்துக் களைப் பற்றி ஆயிரம் எச்சரிக்கைகளைக் கேட்டாலும், நாம் மனத்தளவில் மாற முடிவெடுக்காத வரை அந்த வார்த்தைகளுக்குப் பொருளில்லை.

சிறிது சிறிதாக சிதைய

சமீபத்தியத் தொலைக்காட்சிப் பேட்டியொன்றில், விர்ஜீனிய சிறை அதிகாரி கூறினார், ''பெரிய திருடர்கள் ஒரே நாளில்

உருவாகி விடுவதில்லை. பக்கத்து மளிகைக் கடைகளில் சாக்லேட் திருடித் தொழிலைத் துவக்கியவர்கள் எங்கள் சிறைகளில் ஏராளம். என்ன அவர்கள் பசி பிறகு வளர்ந்து விட்டது.''

ஓர் இரும்புப் பாலத்தின் அஸ்திவாரத்தைத் துரு தின்று விடுவதைப்போல், நமது கொள்கைகளும், நெறிமுறைகளும் சிறிது சிறிதாகத் தேய்ந்து கடைசியில் மொத்த வடிவமும் கீழே விழுந்து விடும் நிலைமை ஏற்பட்டு விடுகிறது.

ஆறு லட்சம் டாலர்களுக்கு மேல் தன் வங்கியில் கையாடிப் பிடிபட்ட ஒரு கணக்காளர் ஒப்புக்கொண்டார், ''முதலில் சி றிய தொகைகளாகத் தான் ஆரம்பித்தது. முதலில் பத்து டாலர்கள், பின்னர் இருபது டாலர்கள், எப்படியோ என்னை நானே நியாயப் படுத்திக் கொள்வேன். காலப்போக்கில் என் கைமீறிப் போய்ப் பிடிபடும் அளவு ஆகிவிட்டது.''

உங்கள் தரத்தில் சமரசம் செய்து கொள்ள ஏற்படும் சின்ன சலனத்தையும் எதிர்த்து விரட்டுங்கள். அடுத்தவர்களின் ஒழுங்கீனத்தை வேண்டுமானால் நீங்கள் கண்டு கொள்ளாமல் இருக்க முடியும். ஆனால் உங்களிடமிருந்து நீங்கள் தப்பவே முடியாது.

46

நான் பேசுவதை விட அதிகமாகக் கவனிக்க வாக்களிக்கிறேன்

எனது அனுபவத்தில், நட்பு வட்டத்தை மிகச் சீக்கிரம் விஸ்தரிக்க வேண்டுமென்றால் அடுத்தவர்கள் பேசு

வதைக் கவனமாகக் கேட்பதும், தங்கள் ஆர்வங்களைப் பற்றி, உங்களுடையதைப் பற்றி அல்ல, அவர்களை பேசத் தூண்டுவதுமே வழி. இதைத் தவிர வேறெதுவும் இருப்பதாக எனக்குத் தெரியவில்லை.

உங்கள் நண்பர் பல விஷயங்களைப் பற்றி அருவி போலப் பேசும்போது உங்கள் நாவைக் கட்டுப்படுத்துவது என்பது கடினம்தான். ஆனால் அதன் பலன்கள் முயற்சிக்குத் தக்க பரிசாக அமையும். பழமொழியை நினைவுபடுத்திக் கொள்ளுங்கள். ''பேசாமலிருக்கும்போது முட்டாளும் புத்தி சாலியாகக் கருதப்படுகிறான். அவன் வாயை மூடிக்கொண்டால் உள்நோக்குகிறவனாகவே தோன்றுகிறான்.''

அறிவு வல்லமையாகக் கருதப்படுகிறது. அந்த வல்லமையைப் பேசுவதன் மூலமல்ல, கேட்பதன் மூலமே நீங்கள் பெற முடியும். உங்கள் காரை ஒரு நடமாடும் வகுப்பறையாக மாற்றவல்ல ஆயிரக்கணக்கான புத்தகங்கள் குறுந்தகட்டில் வருகின்றன. கணினியில் மின்நூல்கள் கிடைக்கிறது.

பெரும்பாலானோர் கையெட்டும் தூரத்தில் உள்ள வசதிகளைப் பயன்படுத்துவதில்லை. வெட்டிப் பேச்சில் காலம் கழிக்கவே அவர்கள் விரும்புகின்றனர்.

நீங்கள் தகவல்களைச் சொல்பவராக இருந்தால் உங்கள் அறிவு வளர வாய்ப்புக்கள் குறைவு. குறைந்ததை மீண்டும் மீண்டும் நிரப்பிக் கொண்டே இருக்க வேண்டும்.அதனால் பேசுவதைவிட அதிகம் கேட்பதற்கு முயற்சி செய்யுங்கள். கிடைக்கும் பலனைப் பார்த்து நீங்களே அசந்து போவீர்கள்.

47

எனது சிந்தனை உலகத்தை கட்டுப்படுத்துவேன்

ஒவ்வொரு நாளும் நூற்றுக்கணக்கான, ஏன் ஆயிரக்கணக்கான எண்ணங்கள் நம் மனதில் வந்து போகின்றன. சில வந்த வேகத்தில் மறைந்து போகிறவை. இன்னும் சில நமது எண்ண ஓட்டத்தை மட்டுமல்லாது, உணர்வுகளையும் கூடப் பாதிக்கும் அளவு வலிமையானவை.

தனது புத்தகமான 'ஆஸ் எ மேன் திங்கத்தில்' ஜேம்ஸ் ஆலன் இந்த நடைமுறை எப்படி நம் வாழ்நாள் முழுவதும் தொடர்கிறது என்பதை விளக்குகிறார். அவர் கூறுகிறார், ''உங்கள் எண்ணங்களின் விளைவு அப்படியே உங்கள் கைகளுக்கு வருகிறது. நீங்கள் ஈட்டியது சிறிதும் கூடாமல், குறையாமல் உங்களை வந்தடையும். உங்கள் தற்போதைய நிலை எதுவானாலும் சரி, நீங்கள் உங்கள் எண்ணங்களின் தன்மைக்கேற்ப உயர்வோ, வீழ்ச்சியோ, இருப்போ அடைவீர்கள். விரட்டும் ஆசைக்கு ஏற்ப சிறியவராகவோ, சிறந்த லட்சியத்துக்கு ஏற்ப உயர்ந்தவராகவோ ஆவீர்கள்.''

அவர் மேலும் தொடர்வது, ''ஒரு மனிதன் என்ன நினைக்கிறானோ அதுவாகவே ஆகிறான். அவனது குண நலன் என்பது உண்மையிலேயே அவனது எண்ணங்களின் தொகுப்புத் தான்.''

முற்போக்கு எண்ணங்கள்

புகழ்பெற்ற எழுத்தாளர் எச்.எல். மென்கனைப் பொறுத்தவரை, ஒரு சராசரி மனிதன் அவன் வாழ்வின்

ஆரம்பம் முதல் கடைசி வரை தொடர்ந்து சிந்திப்பதில்லை. அத்தகைய மக்களின் மனச் செயல்பாடு வெறும் அரைத்த மாவையே அரைப்பது தான். அவர்கள் சிந்திப்பதாகத் தவறாக எண்ணுவதெல்லாம் தாங்கள் எங்கோ கேட்டதை அசை போடுவதுதான்.

அவர் கூறுகிறார், ''மனித குலத்தில் 50 சதவீதம் பேர் வாழ்க்கையில் ஓர் உருப்படியான சொந்தக் கருத்து கூட இல்லாமல்தான் காலம் தள்ளுகிறார்கள் என்பது என் யூகம்.''

என்ன கொடுமை!

இறுதி உத்வேகம்

சரித்திரத்தைப் புரட்டிப் பார்த்தால் ஒரு புதிய கருத்தின் ஆன்மீக சக்தி புரியும். உதாரணத்துக்கு எங்கும் மக்கள் தங்கள் நல்ல செயல்களால் கடவுளை மகிழ்விக்க விரும்புவதைக் கண்டு மார்டின் லூதர் கிங் வருந்தினார். மீண்டும் மீண்டும் ஒரு வாசகம் தான் அவர் மனதில் வந்து கொண்டிருந்தது, ''நேர்மையானோர் நம்பிக்கையால் வாழக் கடவார்கள்.''

அந்த எண்ணம், தான் சொல்வதைக் காது கொடுத்துக் கேட்கும் எவரிடமும் தனது கொள்கையைப் போதிக்கும் அளவுக்கு அவர் மனத்தில் ஆழமாக வேரோடியது.அதன் விளைவாக தேவாலயங்களின் போக்கையே மாற்றியமைத்த மாபெரும் சீர்திருத்த இயக்கம் தோன்றியது.

உங்கள் வாழ்க்கையின் மைய எண்ணங்கள் எவை? உங்கள் கவனத்தைக் கவரும் சண்டையில், எத்தகைய எண்ணங்கள் வெற்றி பெறுகின்றன? அவற்றை விழிப்போடு கண்காணியுங்கள். ஏனென்றால் அவை உங்களைத் தம்பால் இழுத்துத் தங்கள் பிரதிபிம்பமாக உங்கள் வாழ்க்கையை ஆக்கி விடக் கூடியவை.

48

சராசரியில் திருப்தி கொள்ள மாட்டேன்

மெம்பிஸில் ஓர் உணவகத்தின் தலைவரோடு பேசிக் கொண்டிருந்தேன். நல்ல உதவியாளரைத் தேடிப் பிடிப்பது எவ்வளவு கடினம் என்று அவர் சொல்லிக் கொண்டிருந்தார். அவர் ஒரு சமையல்காரர் தேவை என்று விளம்பரப்படுத்தி வந்த மூன்று பேரை நேர்கண்டதைப் பற்றிக் கூறினார். இரண்டு ஆண்கள், ஒரு பெண் வந்திருந்தனர். ஒவ்வொரு நேர்காணலுக்குப் பின்பும் நான் வந்தவரைக் கேட்பேன், ''இந்த வேலை உங்களுக்குக் கிடைத்தால் நீங்கள் எவ்வளவு நன்றாகச் செயல்படுவீர்கள் என்று நினைக்கிறீர்கள்?''

முதலாமவர் கூறினார், ''தேறி விடுவேன் என்று நினைக்கிறேன்.''

இரண்டாமவர் கூறினார், ''நான் ஒரு சாதாரண சமையற்காரன் என்று நினைக்கிறேன்.''

கடைசியில் அவர் வேலைக்கு எடுத்தது அந்த பெண்ணைத் தான். ஏனென்றால் அவள் சொன்ன பதில், ''நீங்கள் வேலைக்கு அமர்த்தியதிலேயே நல்ல சமையல்காரராக இருக்க விரும்புகிறேன்.''

''எல்லாவற்றையும் விட பெரிய விஷயம் அவள் தன் விருப்பத்திற்கேற்ப நடந்து கொண்டதுதான்'' என்று உணவகத் தலைவர் புன்னகையோடு தெரிவித்தார்.

கொஞ்சம் சிறப்பாக

தங்கள் வழக்கமான பாதையை மாற்றிக் கொள்ளாததனால் வாழ்க்கையில் தங்கள் முத்திரையைப் பதிக்க முடியாத திறமைசாலிகள் பலரை நான் அறிவேன். அவர்கள் எழுத்தாளர் எல்பெர்ட் ஹப்பார்ட் வர்ணித்த மனிதனைப் போன்றவர்கள். ''எல்லா வேலைகளையும் ஒரே மாதிரி நன்றாகச் செய்யக்கூடிய ஒருவன் சராசரி சாதாரண மனிதன்.''

நம் அகராதியிலிருந்து நீக்கப்பட வேண்டிய சொற்கள், 'சராசரி', 'சாதாரணம்', 'எல்லாரையும் போல'.

இரண்டு ஒலிம்பிக் விருதுகளை வென்றவரான பாப் ரிச்சர்ட்ஸ் கற்றுக்கொண்டதாகக் கூறுவது, ''சின்ன சின்னக் குறைகளையும் களையாத வரைக்கும் நீங்கள் வெற்றி பெறுவதில்லை. உங்கள் நிலை மிகச் சிறப்பாக இருக்கும்போதுதான் உங்களால் பெரிய சாதனையாளர்களை வெல்ல முடியும். இது வாழ்க்கையில் எல்லா இடத்திலும் பொருந்தும். தயாரிப்பில் ஏற்படும் சின்னக் குறை வியாபாரத்தையே படுக்க வைத்து விடும். ஒரு சின்ன சீர்கேடு மனிதனின் வாழ்வையே அழித்து விடும். சராசரியோடு திருப்தி அடைந்து விடாதீர்கள். உங்களுக்குள் இருக்கும் சிறப்பானதை வெளிக்கொணரப் பாடுபடுங்கள்.''

'பரவாயில்லை' என்ற அடைமொழியில் எப்போதும் திருப்தி அடையாதீர்கள். சராசரியை எதிர்த்து ஒரு தனிப்போராட்டமே நடத்துங்கள்.

49

அடையக் கூடிய லட்சியங்களை ஏற்படுத்திக் கொண்டு அவற்றை அடைவேன்

1954 வரை ஒரு மைல் தூரத்தை இந்த உலகில் யாரும் நான்கு நிமிடங்களுக்குள் ஓடிக் கடந்ததில்லை. ஏதோ ஒவ்வொரு ஓடுகளத்திலும் அது முடியாத காரியம் என்று எழுதி ஒட்டியிருந்தாற்போல யாரும் அதை முயன்று கூடப் பார்த்ததில்லை.

ரோஜர் பானிஸ்டெர் என்னும் ஓர் ஆங்கிலேயர், ஆக்ஸ்ஃபோர்ட் பல்கலைக்கழகத்தில் படித்த மருத்துவர், மற்றவர்கள் முடியாதென்று கருதிய இந்தக் கருத்தை ஏற்றுக்கொள்ள மறுத்தார்.

அதே வருடம் மே மாதம் ஆறாம் நாள், ஒரு மைல் தூரத்தை 3 நிமிடங்கள், 59.4 வினாடிகளில் ஓடிக்கடந்து உலகை வியப்பில் ஆழ்த்தினார்.

அந்த சாதனை உண்மையிலேயே அவ்வளவு கடினமானதா? தெளிவாக இல்லையென்றுதான் தெரிகிறது.

அடுத்த மாதமே அவரது சாதனை ஆஸ்திரேலிய வீரர் ஜான் லாண்டியால் முறியடிக்கப் பட்டது. அதற்குப்பின் சில மேல்நிலைப்பள்ளி மாணவர்கள் உட்பட இருபதினாயிரம் பேருக்கு மேல், இந்த சாதனையைச் செய்திருக்கிறார்கள்.

இப்போது மட்டும் நிறையப் பேர் இதைச் செய்ய முடிகிறது? ஏனெனில் ஓட்ட வீரரின் மனதில் நான்கு நிமிடத்திற்குள் ஒரு மைல் என்பது முடியாத காரியமாகத் தெரிவதில்லை. இப்போது அது சாதிக்கக் கூடியதாகத் தான் தெரிகிறது.

உங்கள் லட்சியத்தை அடைய மூன்று விஷயங்கள் தேவைப்படுகின்றன.

1. சாதிக்கக் கூடியதுதான் என்று நம்புங்கள்.

2. அந்தப் பெரிய காரியத்தைச் சிறிய சுலபமான காரியங் களாகப் பிரித்துக் கொள்ளுங்கள்.

3. உங்கள் திட்டத்தைத் தெளிவாக எழுதிக் கொள்ளுங் கள்.

லட்சியத்தை அடைவது என்பது மனித சக்திக்கு அப்பாற்பட்ட முயற்சிகளால் விளைவதில்லை. மாறாக, அது சிறிய ஆனால் முக்கியமான செயல்களைச் சிறிதும் தவறாமல் செய்வதின் விளைவாகக் கிடைக்கிறது.

பெரிய கப்பலின் கலபதிக்குத் தான் எங்கே போய்ச் சேர வேண்டுமென்பது தெரியும். அவர் கண்ணுக்கு அடுத்த துறைமுகம், சமயங்களில் பயணம் முழுவதுமே கூட, தெரிவ தில்லை. அப்படியும் எப்படி சரியாகப் போய்ச் சேருகிறார்? சரியாக அட்டவணைகளைப் போடுவதன் மூலமும், தினந் தோறும் சரியான நேரத்தில் சரியான காரியங்களைச் செய்வதன் மூலமும் தான்.

இலக்கை நோக்கி நடை போடுங்கள்!

50

என் குறிக்கோளில் கருத்தாக இருப்பேன்

வரி செலுத்துபவர் ஒருவரின் மனக் குமுறலைக் கேட்டபின் ஒரு புலனாய்வுத் தொலைக்காட்சி நிருபர் ஒரு பயன்பாட்டு நிறுவனத்தின் சீராக்கும் பணியாளர் குழுவை நாள் முழுவதும் ரகசியமாகத் தொடர்ந்து படமெடுத்தார்.

நிருபர் கண்டுபிடித்த விஷயம் அதிர்ச்சி தருவதாக இருந்தது. தங்கள் வேலையைச் செய்வதற்குப் பதிலாக இந்த இரண்டு சீராக்கும் பணியாளர்களும் மூன்று விடுதிகளுக்குப் போனார்கள்; இரண்டு மணி நேரம் பகலில் தூங்கினார்கள்.

சிறிய விஷயங்களிலும் பெருங்கவனம்

அந்த இரண்டு பேரின் செயல் ஒன்றும் அதிசயமானதல்ல. எழுத்தாளர் டென்னிஸ் வெய்ட்லி கூறுவதைப் போல் ஒவ்வொரு நாளும் மக்கள் தாங்கள் விழித்திருக்கும் பெரும்பான்மையான நேரத்தை முக்கியமான இலக்கு அடையும் செயல்களில் ஈடுபடுவதற்குப் பதிலாக திரைப்படம் பார்ப்பதிலும், அரட்டை அடிப்பதிலும், நாளிதழைப் புரட்டுவதிலும், முடிவெடுப்பதைத் தள்ளிப் போடுவதிலும், பதிலடி கொடுப்பதிலும், சிறிய விஷயங்களை பெரிதாக்குவதிலும், அற்பமானதில் கவனத்தைச் செலுத்துவதிலும் வீணாக்குகிறார்கள்.

உங்கள் கவனத்தைக் கவரும் ஒவ்வொன்றின் பின்னாலும் சகட்டுமேனிக்கு நீங்கள் போய்க் கொண்டிருந்தால் எழுதி வைத்த லட்சியங்கள் என்ன நன்மையைத் தரும்? ஒரு ஆப்பிரிக்கப்

பழமொழி, ''இரண்டு எலிகளை வேட்டையாடுபவன் எதையும் பிடிக்க மாட்டான்'' என்கிறது.

தகவல்களில் கவனத்தைச் செலுத்துங்கள். பெரிய நிறுவனங்கள் ஒன்றும் ஒரே நாளிரவில் அதிர்ஷ்டத்தினால் வளர்ந்து வானை எட்டி விடுவதில்லை. அவர்கள் கண்ணும் கருத்துமாகக் கடைப்பிடிக்கும் ஒரு வணிகத் திட்டம் அவர்களிடம் உண்டு. அவர்கள் கணக்குப் பிள்ளைகள், எந்த நாளிலும் கணக்கு வழக்குகளையும் விற்பனை விவரங்களையும் விரல் நுனியில் வைத்திருப்பார்கள்.

நமது சொந்த வாழ்க்கையிலும் சிறிய விஷயங்களுக்கும் அதே முக்கியத்துவம் கொடுத்து விழிப்போடு இருந்து வர வேண்டும். உங்கள் கவனம் கலையாமல் பரிசின் மீதே இருக்க வேண்டும்.

51

என்னை வளர்க்கக் கூடிய சவால்களை ஏற்றுக் கொள்வேன்

ஓடிக்கொண்டே இருக்கும் நமது உலகில் எதுவும் நிலையாக நிற்பதில்லை. மலர்கள் மலர்ந்து வாடுகின்றன; கடல்கள் கொந்தளித்து அடங்குகின்றன; பூமி நிலநடுக்கங்களாலும் எரிமலைகளாலும் உலுக்கப் படுகிறது.

ஆழிப்பேரலை (சுனாமி) ஆயிரக்கணக்கானோரை விழுங்கி நிலப்பகுதியையே நிரந்தரமாக மாற்றியதை இந்தோனேசியா விலும் ஜப்பானிலும் அதிர்ச்சியோடு நாம் கண்டோம். ஆனாலும் சோகத்தையும் மீறி, பிழைத்தவர்கள் விரைவாகத் தங்கள் வாழ்வைச் சீரமைக்கத் தொடங்கினார்கள்.

நீங்களும் எப்போதும் மாறிக்கொண்டுதான் இருக்கிறீர்கள். 'பீக் பெர்ஃபார்மென்ஸ்' என்ற புத்தகத்தின் ஆசிரியர் சார்லஸ் கார்ஃபீல்ட் சொல்கிறார், ''நீங்கள் உச்சநிலை செயல்பாடு செய்யக் கூடியவராகப் பிறந்திருப்பதாக எண்ணிக் கொள்ளாதீர்கள்; மாறாக வளரவும், மாறவும், மனித சக்தியால் எட்டக் கூடிய மிக உயர்ந்த உச்சத்தை எட்டவும் ஆற்றலுள்ள மாணாக்கராக எண்ணிக் கொள்ளுங்கள்.''

நாம் எல்லோருமே 'வேலை நடந்து கொண்டிருக்கிறது' என்ற வாசகம் எழுதிய சட்டை அணிந்து கொள்ளலாம்.

இன்னும் என்னை எப்படி மேம்படுத்திக் கொள்ளலாம்? என்னையும் என் கூட்டாளிகளையும் உயர்த்தும் இன்னும் எந்த சாதனையைப் புரியலாம்? என் குடும்பத்துக்கு, என் சமூகத்துக்கு, என் மதத்துக்கு இன்னும் என்ன நன்மை செய்யலாம்? என்று தினமும் நம்மை நாமே வினவிக் கொள்ள வேண்டும். வாழ்க்கையையே அடித்துச் செல்லும் மாபெரும் தடை தோன்றும்போது ''இனிமேல் நான் அவ்வளவுதான், என் நல்ல காலமெல்லாம் முடிந்து விட்டது''என்று நீங்கள் விரக்தி அடையக் கூடும்.

உடைந்து போகாதீர்கள். அது ஓர் ஒட்டுமொத்த புதிய ஆரம்பத்தைக் குறிப்பதாகக் கூட இருக்கலாம். சோதனைக் காலத்தைச் சந்திக்க அஞ்சாதீர்கள்.

ஓர் உண்மையான தலைவனை தேனீர்ப் பைக்கு ஒப்பிடு வார்கள். *அவன் உண்மையான மதிப்பு வென்னீருக்குள் இறக்கப் படும் போதுதான் தெரியும்.*

துன்பத்தின் சுவை

மனநல மருத்துவர் ஜேம்ஸ் டாப்சன் துன்பக்கொள்கை உலகில் வேலை செய்யும் முறையை விளக்கியுள்ளார்.

அவர், ''ஆச்சரியமாகத் தோன்றினாலும், தொடர்ந்த நலம் ஓர் இனத்துக்கு நன்மை செய்வதில்லை.''

''உதாரணமாக மழைக்காட்டில் நடப்பட்ட ஒரு மரம் சுலபமாக நீர் கிடைப்பதால் தனது வேர்களை பூமிப்பரப்புக்குக் கீழ் ஒரு சாண் அளவுக்கு மேல் ஊடுருவச் செய்வதில்லை. விளைவாக ஒரு சிறிய புயல் அதைச் சுலபமாகச் சாய்த்து விடும். ஆனால் எதிர்ப்பு மிக்க சூழ்நிலையான வறண்ட நிலத்தில் நடப்பட்ட ஒரு ஈச்ச மரமானது தனது வேர்களை முப்பதடி ஆழம் வரை கூட நீரைத் தேடிச் செலுத்துகிறது. அதனால் ஒரு பெரும் புயல் காற்று கூட அதை அசைக்க முடியாது'' என்று கூறுகிறார்.

உங்கள் அஸ்திவாரத்தை ஆழமாக்கவும் உங்கள் பண்புகளை வலிமையாக்கவும் வரும் ஆதார சக்தி என்று கருதி இன்றிலிருந்து ஒவ்வொரு சவாலையும் எதிர்கொள்ளுங்கள்.

52

நான் என் தவறுகளிலிருந்து பாடம் கற்பேன் என்று உறுதி கூறுகிறேன்

ஐ.பி. எம் நிறுவனத்தின் ஸ்தாபகர் டாம் வாட்சன், தன் நிறுவனத்தின் இளம் துணைத் தலைவர்களில் ஒருவர் ஒரு புதிய தயாரிப்பை உற்பத்தி செய்வதில் தலைமைப் பொறுப்பை ஏற்றுக்கொண்ட சம்பவத்தை நினைவு கூர்ந்தார். அது ஒரு துணிச்சலான முயற்சி. ஆனால் அது தோல்வியில் முடிந்தது. நிறுவனத்துக்கு அதனால் பத்து மில்லியன் டாலர் நஷ்டம்.

வாட்சன் தன் அலுவலகத்துக்கு அந்தத் துணைத்தலைவரை அழைத்தார். ''உங்களோடு கொஞ்சம் பேச வேண்டியிருக்கிறது.''

தன்னை வேலையை விட்டு வெளியேற்றத்தான் அழைக்கிறார் என்றே முடிவு செய்துவிட்ட அந்த செயலாளர், ''என் வேலை விலகல் கடிதம் வேண்டுமென்றுதானே கேட்கப் போகிறீர்கள்?'' என்று கேட்டார்.

''என்ன விளையாடுகிறீர்களா?'' என்றார் வாட்சன். ''இப்போதுதானே உங்கள் கல்விக்கென்று பத்து மில்லியன் டாலர் செலவழித்திருக்கிறோம்.''

தவறுகளால் உலகமே முடிந்து விடுவதில்லை. மாறாக அறிவின் கதவுகள் திறக்க அவை பல விதங்களிலும் உதவுகின்றன.

உணர்ச்சிக்குத் தீனி

பல சமயங்களில், தற்காலிகமான ஒரு சங்கடத்தை நாம் ஒரு நிரந்தரக் குறையாக எண்ணி விடுகிறோம். இரண்டிற்கும் பெரும் வேறுபாடு உள்ளது. போர்த்துகீசிய பழமொழியின்படி 'தடுக்குவது விழுவதல்ல.'

ரொனால்ட் ரீகன் தவறுகளை புறந்தள்ளுவதில் மன்னர். முன்னாள் ஜனாதிபதியான அவர் ஒருமுறை கூறினார், ''தவறு நடந்து விட்டால் விளைவு இப்படி இருக்க வேண்டும்; அதனால் கிடைக்கும் கஷ்டத்தை ஏற்றுக்கொள்ளுங்கள்.; பாடத்தைக் கற்றுக் கொள்ளுங்கள்; முன்னே சென்று கொண்டே இருங்கள். பிரச்சினையை சந்திக்க இருக்கும் ஓர் ஆரோக்கியமான வழி இதுதான்.''

உங்கள் தவறுகளைக் கண்டு புன்னகை செய்யுங்கள். அவை உங்கள் கல்வி வளைகோட்டின் முக்கியப் பகுதியாகும்.

53

நான் உண்மையிலேயே தவறு செய்திருந்தால் ஒப்புக் கொள்வேன்

ஒஹையோ பல்கலைக்கழகத்தில் நான் மாணவனாக இருந்தபோது ஒரு முறை நண்பன் ஒருவன் காரில் என்னைக் கல்லூரிக்கு அழைத்து வந்து கொண்டிருந்தான். வழி மாறி விட்டது. நான் அவனிடம் ''கொலம்பஸ் செல்லும் வழியைத் தவற விட்டு விட்டாய் போலிருக்கிறதே'' என்று கேட்டேன். அவன் காட்டமாக, ''எங்கே போகிறேன் என்று கூடவா எனக்குத் தெரியாது?'' என்று சீறினான். நான் காரின் கையுறை வைக்கும் பகுதியிலிருந்த வரைபடத்தை எடுத்து நாங்கள், வழிதவறி விட்டதை விளக்க முயன்றும் அவன் ஒப்புக் கொள்வதாக இல்லை.

எப்படியும் போய்ச் சேர்ந்து விடலாம் என்று உறுதி சொன்னான். கடைசியில் இரண்டு மணி நேரம் தாமதமாகக் கல்லூரிக்கு வந்து சேர்ந்தும் கூடத் தான் வழிதவறி விட்டதை அவனால் ஒத்துக் கொள்ளவே முடியவில்லை.

பழியைத் திருப்புதல்

பல பேருக்குக் கூறக் கடினமான சொற்கள் மூன்று. 'நான் தவறு செய்து விட்டேன்'. அவர்கள் சமாதானம் சொல்வார்கள், பழியைத் திருப்புவார்கள், அல்லது தங்கள் தவறை ஒப்புக் கொள்வதற்குப் பதில் மௌனமாக இருப்பார்கள்.

தவறை ஒப்புக்கொள்வது ஆன்மாவுக்கு நல்லது என்று நம் எல்லோருக்கும் தெரியும். ஆனால் நம் அகந்தைக்கு அது மிகவும் கடினம்.

வழி மாறிய மகனின் கதை உங்களுக்கு நினைவிருக்கிறதா? தன் பங்கு சொத்தை எடுத்துக் கொண்டு வெளிநாட்டுக்குச் சென்றான். மனம் போனபடி வாழ்ந்து எல்லாவற்றையும் அழித்தான். போதாததற்குப் பஞ்சம் வேறு வந்து நிலைமையை இன்னும் கடினமாக்கியது. மிச்சம் மீதி சாப்பிடக் கிடைக்காதா என்ற நப்பாசையில் பன்றிகளுக்குத் தீனி போடும் வேலையில் ஈடுபட்டான். அங்கே அந்த இழிந்த பன்றிக்குட்டையில் அவனுக்குப் புத்தி வந்தது. அவன் தந்தையின் மாளிகையில் வேலைக்காரர்கள் சாப்பிட்டது போகவும் உணவு மிஞ்சிக் கிடக்க இங்கே இவன் வயிறு காய்ந்து கொண்டு இருந்தது.

கடைசியாக மனம் திருந்தித் தந்தையின் மாளிகைக்குக் கிளம்பினான். கதையின் முடிவு உங்களுக்கே தெரியும். அவன் தந்தை அவனை மனமார ஏற்றுக்கொண்டு ஓர் அரசனை வரவேற்பது போல் அவனை வரவேற்றார்.

தவறை ஒப்புக்கொள்வதை தடுக்க ஆணவத்தை அனுமதிக்காதீர்கள். தவறை ஒப்புக்கொள்ளும்போது தான் ஆன்மாவுக்கு விடுதலையும் புத்துணர்ச்சியும் கிடைக் கின்றன.

54

என் திறமைகளை அவற்றின் உச்ச சக்தியை எட்டும்வரை வளர்ப்பேன்

புகழ்பெற்ற லாக் ஹூட் நிறுவனத்தின் தலைமைப் பதவிக்கு பட்டப்படிப்பைக் கூட முடிக்காதவரான லாரென்ஸ் கிச்சன் உயர்ந்தார். எப்படி அவரிதைச் சாதித்தார்? உள்ளூர் சமூகக் கல்லூரிகளின் இரவு வகுப்புகளிலிருந்து, பெரிய நிறுவனங்கள்

நடத்தும் பயிற்சிக் கருத்தரங்குகள் வரை எல்லாவற்றிலும் சேர்ந்து தன் அறிவை வளர்த்துக் கொண்டார்.

அவர் நிர்வாகப் பொறுப்பை அடைந்தபோது, மக்கள் அவருக்குப் பட்டப்படிப்பு இல்லையே என்று கேள்வி கேட்கவில்லை. கிச்சன் அதற்கு முன்பே தான் எப்படிப்பட்டவர் என்பதையும், தன்னால் பொறுப்பைத் திறம்பட நிர்வகிக்க முடியும் என்பதையும் நிரூபித்திருந்தார்.

நம் வாழ்வுக்கான குறிப்பிட்ட பாதையில் நம்மைச் செலுத்தக் கூடிய இயற்கை ஆற்றல்களோடுதான் நாம் அனைவரும் படைக்கப் பட்டிருக்கிறோம். ஆனால் அது ஆரம்பப் புள்ளி மட்டுமே. அடுத்த அடியை நாம்தான் எடுத்து வைக்க வேண்டும். நமது ஆற்றல்களை அவற்றின் உச்சத்துக்கு எடுத்துச் செல்லும் பொறுப்பு நமக்கு இருக்கிறது. என்ன செய்ய வேண்டும் என்பதைக் கண்டுகொண்டு செயல்படுங்கள்.

உங்களுக்கே உரிய தனித்திறமைகளை வளர்க்க இன்று என்ன செய்யப்போகிறீர்கள்?

55

ஆரோக்கியமற்ற அச்சத்தையும், கவலைகளையும் விட்டு விடுவேன்

டைம்ஸ் ஆஃப் லண்டன் பத்திரிக்கை தன் வாசகர்களிடையே அச்சத்தைப் பற்றிய ஒரு கருத்துக் கணிப்பை நடத்தியது. 'நீங்கள் எதைக் கண்டு அஞ்சுவீர்கள்?' என்பதுதான் கேள்வி. விடைகளோ வியப்பில் ஆழ்த்துபவையாக இருந்தன.

மரணபயம்தான் மிகப்பெரிய பயமாக இருக்கும் என்று எண்ணியிருந்தேன். ஆனால் அது 19% பெற்று ஏழாம் இடத்தில் இருந்தது. இரண்டாம் இடத்திலிருந்து ஆறாம் இடம் வரை இருந்தவை:

ஆரோக்கிய சீர்கேட்டைப் பற்றிய அச்சம் - 19%

ஆழ்ந்த நீர்நிலைகளைக் கண்டு அச்சம் - 22%

பொருளாதார வீழ்ச்சியைக் கண்டு அச்சம் - 22%

பூச்சிகளையும் சிலந்திகளையும் கண்டு அச்சம் - 22%

உயரங்களைக் கண்டு அச்சம் - 32%

பின் மக்கள் எதைக் கண்டு தான் மிகவும் அஞ்சினார்கள்? மேடைப் பேச்சைக் கண்டுதான் 41%. அதிர்ஷ்டவசமாகப் பயிற்சியாலும், பழக்கத்தாலும் இந்தத் தவிப்பைப் பெருமளவு குறைக்க முடியும்.

நெருப்பு வளையம்

தெரியாததைக் கண்டு அஞ்சுவது மனித இயல்பு. உதாரணத்துக்கு இடைக்காலத்தில் ஐரோப்பிய கலபதிகள், மாலுமிகள் தூரத் தெற்கில் பயணம் செய்ய மறுத்தனர். பூமி நெருப்பு வளையத்தால் சூழப்பட்டிருக்கிறது என்று அவர்கள் நம்பியதே காரணம். தெற்கில் செல்லச்செல்ல வெப்பநிலை உயரும் என்பதை அவர்கள் அறிந்திருந்தார்கள்.

அந்தக் காலகட்டத்தைச் சேர்ந்த ஓவியம் ஒன்றில் மத்திய தரைக் கடலில் திசை திரும்பும் ஒரு கப்பலின் படம் நே ப்ளஸ் அல்ட்ரா என்ற இலத்தீன் மொழி வாசகத்தோடு இடம் பெற்றிருக்கிறது. அந்த வாசகத்துக்கு 'இதற்கு மேல் எதுவும் இல்லை' என்பது பொருள்.

போன்ஸ் டி லியோன், கிரிஸ்டஃபர் கொலம்பஸ் போன்ற மனிதர்கள் வந்துதான் இந்த மாயையை எதிர்க்க

வேண்டியிருந்தது. ஆரோக்கியமான மற்றும் ஆரோக்கியமற்ற அச்சத்துக்கு இடையே உள்ள வேறுபாட்டை உணரப் பழகுங்கள்.

உண்மையின் அடிப்படையில் அமைந்த யதார்த்தமான அக்கறை நம்மைப் பெரிய அபாயத்தையும் எதிர்க்கத் தயார் செய்கிறது. ஆனால் கற்பனையான அச்சமோ நம் உணர்வு உலகத்துக்குத் தீங்கு விளைவிக்கிறது.

தவிப்புக்கு மாற்று

இன்று லட்சக்கணக்கான மக்கள் முடக்கிப் போடும் அச்சத்தால் துன்புறுகிறார்கள். மன நல நிபுணர்கள் மூடப்பட்ட இடத்தைக் கண்டு வரும் அச்சமான கிளாஸ்ட்ரோபோபியாவிலிருந்து, தனிமையைக் கண்டு அஞ்சும் மோனோபோபியா வரை பல்வேறு அச்சங்களை இனம் கண்டிருக்கிறார்கள்.

பைபிளில் அதிகம் வரும் சொல் ‘அஞ்சாதே’ என்பதுதான். அது ஜேகப், ஜோஸப் மற்றும் பலருக்கு இறைவன் அருளிய அபய மொழியாகும்.

பிரார்த்தனையாலும் தனக்குத் தானே சொல்லிக் கொள்ளும் உற்சாக வாசகங்களாலும் தனது எண்ணங்களைத் தவிர்த்து நடத்தையின் மீது கவனத்தைச் செலுத்துவதாலும், நாம் ஆரோக்கியமற்ற அச்சத்தைத் தவிர்க்க இயலும்.

உதவி கிடைக்கும்போது, நம்மை முடக்கும் அச்சத்தால் நாம் அவதியுறத் தேவையில்லை.

56

கசப்பையும் வெறுப்பையும் புதைத்து விடுவேன்

முப்பத்தைந்து பவுண்ட் காற்றழுத்தத்தைத் தாங்கக் கூடிய ஒரு டயரில் நூறு பவுண்ட் காற்றழுத்தத்தைச் செலுத்தினால் என்ன ஆகும் என்று எண்ணிப் பாருங்கள். டயர் வெடித்து விடும்.

தங்கள் ஆத்திரத்தையும், கசப்பையும் பாதுகாப்பாக வெளியேற்றும் குழாய் இல்லாதவர்களுக்கும் இதுதான் நடக்கிறது.

வெறுப்புணர்வுக்கு எல்லையே இல்லாத மனிதர்களை நான் அறிவேன். அவர்கள் தங்களை, தங்களைச் சுற்றியுள்ளவர்களை, பொதுவில் உலகத்தையே வெறுப்பார்கள். தானாகவே கற்பனை செய்து கொண்ட ஓர் அவமானத்தை, அது அவர்கள் இதயத்தையும், ஏன் ஆன்மாவையும் கூட அமிலமாக எரிக்கும் வரை, ஒவ்வொரு நாளும் எண்ணி எண்ணிக் கறுவுவார்கள். அந்த நிமிடத்தை மீண்டும் மீண்டும் வாழ்வார்கள்.

உடலியல் நடைமுறை

நீண்டகால மனக் கசப்பு ஆரோக்கியத்தை வெகுவாகப் பாதிக்கும் என்று மருத்துவ ஆராய்ச்சிகள் தெரிவிக்கின்றன. கவனிக்காமல் விட்டால், இந்த ஆழமான மன அழுத்த உணர்வுகள். மோசமான உணர்வு நிலைகளுக்கு நம்மைக் கொண்டு செல்லக் கூடும்.

மனப்போராட்டம் நமது நோய் எதிர்ப்பு சக்தியை வெகுவாகக் குறைத்து, பல நோய்களுக்கு நம்மை ஆளாக்கி விடும். அது இதய நோய்கள், எடை குறைதல் மற்றும் அதிகரித்தல் ஆகியவற்றோடும் தொடர்புடையது. மேலும் மன அழுத்த நோயையும் ஏற்படுத்தலாம்.

பொதுவாக, வெறுப்பு ஒருவழிப்பாதை. பாதிக்கப்படுபவர் நாம்தான். நாம் யாரை வெறுக்கிறோமோ, அவர் அதை உணராமல் கூட இருக்கலாம்.

உள்ளே புகைந்து கொண்டிருப்பதை வலுக்கட்டாயப் புன்னகையால் என்றும் மூடி மறைக்க முடியாது. உண்மை ஒரு நாள் மேலே வந்தே தீரும்.

உங்கள் கடந்த காலத்துக்காக மன்னிப்பைக் கோருங்கள். நீங்கள் அனுபவத்தால் அறிந்து கொண்டதை மதியுங்கள். பகைமை, அவமானம், போராட்டம் ஆகியவற்றிலிருந்து மேலே எழலாம்.

57

என் உணர்வுகளைக் கட்டுப்படுத்துவேன்

மாடிசன் அவென்யுவில் உள்ள விளம்பர எழுத்தர்கள், வாடிக்கையாளர்கள் தரத்தையும், விலையையும் வைத்து மட்டும் பொருட்களை வாங்குவதில்லை என்ற உண்மையைப் பலகாலம் முன்பே உணர்ந்திருந்தனர். நமது உணர்வுகளும், ஆசைகளும் தூண்டப்படும்போது நாம் இணங்குகிறோம். நாம் தாளிப்பைத்தான் வாங்குகிறோம், தளிகையை அல்ல.

சமீபத்திய பத்திரிக்கை விளம்பரங்களில் விற்பனையில் முன்னணியில் உள்ள சில விளம்பர வாசகங்களைப் பார்ப்போம்

அக்கிரமமாகச் சுவையானது

எதிர்பாராததைக் கொண்டாடுங்கள்.

சும்மா கற்பனைல முழுகாதீங்க, நிஜம்மாவே அனுபவிங்க.

முன்பெல்லாம் 'நீங்கள் என்ன நினைக்கிறீர்கள்?' என்று கேட்பார்கள். இப்போதெல்லாம் ''நீங்கள் என்ன உணர்கிறீர்கள்?'' என்றுதான் கேட்கிறார்கள்.

உணர்வுகளால் வழிநடத்தப்படுவது ஒன்றும் புதிய நிகழ்வல்ல. நாம் இன்பம், மகிழ்ச்சி, அச்சம், துன்பம், குற்றவுணர்வு எல்லாவற்றையும் உணர்கின்ற உடலாகவும் மனமாகவும், உயிராகவும்தான் படைக்கப்பட்டிருக்கிறோம். பைபிளில் உள்ள ஒரு சிறிய வாக்கியம் பெரும் உணர்வையும் வெளிப்படுத்துகிறது. ''ஏசுநாதர் அழுதார்.''

பொறுப்பெடுத்துக் கொள்ளுதல்

நாம் ஓர் ஆபத்தான உணர்ச்சிபூர்வமான சூழலில் எப்படி நடந்து கொள்கிறோம்? பெரும்பாலும் நமது முன்னோர்களிடமிருந்து வழிவழியாக வந்த அடிப்படைப் பாதுகாப்பு உணர்வான 'போராடுவது அல்லது ஓடிப்போய்விடுவது' என்ற கொள்கைப்படிதான். ஒன்று சூழ்நிலையை எதிர்கொள்கிறோம் அல்லது ஓடி ஒளிகிறோம்.

ஆனால், பல சமயங்களில் தெரிவுகள் சிக்கலாக அமைகின்றன. அப்போது நாம் மனோதத்துவ ரீதியிலும், அறிவு சார்ந்த கோட்பாடுகளின் அடிப்படையிலும் அல்லது வேறேதாவது முறையைப் பின்பற்றியோ முடிவெடுக்கிறோம்.

இந்த உலகில் நாம் படைக்கப் பட்டிருப்பதே பூமியின் மீதும், நம் மீதும் நமது கட்டுப்பாட்டைக் கொண்டுவரத்தான். ஒரு நல்ல சரிவிகித வாழ்க்கையை வாழ்வதன் மூலம் நாம் அதைச் சாதிக்கலாம்.

58

என் கோபத்தைக் கட்டுக்குள் வைப்பேன் என்று உறுதி கூறுகிறேன்

ஓஹையோவில் ஆண்களின் கூட்டமொன்றில் நான் ஒரு சங்கடமான தலைப்பில் கருத்தரங்கம் ஒன்றை நடத்தினேன்.தலைப்பு ''உங்கள் கோபத்தைக் கட்டவிழ்த்து விடுவது எப்படி?''

கூட்டம் முடிந்தபின் ஒருவர் என்னிடம் தனிமையில் கட்டுக்கடங்காத தன் கோபத்தைக் கட்டுப்படுத்தத் தான் வாழ்நாள் முழுவதும் போராடி வருவதைப் பற்றிக் கூறினார்.

''இது என் வாழ்வில் பல துன்பங்களைக் கொடுத்திருக்கிறது. என் குடும்பம், வியாபாரம் எல்லாமே இந்தக் கோபத்தால் பாதிக்கப் பட்டிருக்கின்றன'' என்று ஒப்புக் கொண்டார். அன்றிரவே தனது கோபத்தைக் கட்டுப்படுத்த உறுதி பூண்டார். இதுதான் முக்கியமான முதல் படி.

உங்கள் சக்தியை மடை திருப்புங்கள்

நமது சீற்றம் சரியாகப் பயன்படுத்தப்படுமானால் நல்ல விளைவுகளை ஏற்படுத்தக் கூடும். கொலராடோவைச்

சேர்ந்த ஆலோசகர் கேரி ஆலிவர் இரண்டு உதாரணங்களைக் கூறுகிறார்.

ஆபிரஹாம் லிங்கன் மூர்க்கமான அடிமைத்தனத்தின் மீது தனக்கிருந்த சீற்றத்தைத் தனது நாட்டின் சட்டங்களை அடிமைத்தளையைக் களைவதற்கும், அடிமைகளின் மேம் பாட்டுக்கான புதிய சட்டங்களை இயற்றவும் பயன்படுத்தினார்.

காந்தி தனது சீற்றத்தைத் தனது நாட்டு மக்களின் அவல நிலையின் மீது முதலீடு செய்தார். விளைவு, இந்தியா என்று ஒரு புதிய நாடு பிறந்தது.

யாராவது உங்களை நிழற்படம் எடுக்கும்போது வரும் ஒளிக்கற்றை கணநேரத்துக்கு உங்களைக் குருடாக்கி விடுகிறதல்லவா! அதே போலத்தான் கோபமும் நம்மைப் பாதிக்கிறது. நமது சிந்திக்கும் திறன், நடைமுறை அறிவு ஆகியவற்றைக் கோபம் கண நேரத்திற்கு மழுங்கடித்து விடுகிறது. நல்ல வேளையாகக் கோபம் அதிக நேரம் நிலைத்திருப்ப தில்லை. அதனால்தான் ஆத்திரத்திலிருக்கும் போது செயல் புரிவதை தள்ளிப் போடுவது நல்ல பலனளிக்கிறது.

சரியாகக் கட்டுபடுத்தப் படாத கோபம் பனிமலையில் கீழே உருண்டு வரும் பனிப்பாறை போன்றது. தன்னிச்சையாகச் சென்று நாசத்தை ஏற்படுத்த வல்லது.

நீங்கள் நழுவும் கைப்பிடி கொண்ட ஜாடி போல் அடிக்கடி கட்டுப்பாட்டை இழக்கும் தன்மை கொண்டவரானால், முதலில் இறுகப் பிடிக்கும் பிடிமானத்தைத் தேடுங்கள். உங்கள் கோபத்தின்மீது கட்டுப்பாடு கொண்டு வர மனப்பூர்வமான முடிவு செய்யுங்கள்.

59

என் அகராதியில் தரக்குறைவான சொற்கள் இருக்காது

நான் சமீபத்தில் ஒரு வீட்டுக்குச் சென்றிருந்தபோது, அங்கே ஒரு குழந்தை ஒரு கெட்ட வார்த்தையைப் பயன் படுத்தியது. நிச்சயமாக அதற்கு அந்த வார்த்தையின் பொருள் தெரிந்திருக்காது. அதன் தாயோ கண்டிப்பதற்குப் பதிலாக, ''இப்படித்தான் அவள் புதுசு புதுசா எதாவது சொல்லுவா'' என்று பூரித்துப்போனாள்.

அந்தச் சிறுமியின் பேச்சு அவள் பெரியவளாகும்போது எப்படியிருக்கும் என்று என்னால் வியக்காமல் இருக்க முடியவில்லை.

தற்காலத்தில் அத்தகைய நடைமுறை சமூக ரீதியாகச் சரியில்லையென்றாலும் நீங்கள் குழந்தைகளாக இருக்கும்போது, உங்கள் பெற்றோர், ''இப்படியெல்லாம் பேசினால் உன் வாயை சோப்புப் போட்டுக் கழுவி விடுவேன்'' என்று எச்சரிக்கக் கேட்டிருக்கலாம்.

தரக்குறைவான வார்த்தைகளைப் பேசுவது கேவலமான ரசனையை மட்டுமல்ல, நல்ல வார்த்தைகள் தெரியாததையும் தான் காட்டுகிறது. சில பேர் ஓ! ம்ம்... என்றெல்லாம் சொல்வதற்குக் கூட ஏதேனும் கெட்ட வார்த்தை அல்லது ஆணைச் சொல்லைப் பயன்படுத்துவார்கள். இதுவே பழக்கமாகிப் பல சமயம் கேட்பவருக்கு அச்சொல்லின் உண்மைப் பொருளே மறந்துவிடும்.

வருத்தமானது என்னவென்றால், கழிவுகளைப் பற்றியும், காமத்தைப் பற்றியும் குறிப்பிடும் கெட்ட வார்த்தைகளை பொருளைப் பற்றிச் சிந்திக்காமல் சர்வ சகஜமாகப் பயன் படுத்தும் மக்கள் வாழும் உலகத்தில் நாம் வாழ்ந்து கொண்டிருக்கிறோம்.

ஒரு நண்பர் சொன்னார், ''பொது இடங்களில் புகை பிடிக்கத் தடை விதித்தது போல கெட்ட வார்த்தைகள் பயன்படுத்தக் கூடாது என்றும் சட்டம் கொண்டு வரலாம்.''

தரக்குறைவான சொற்கள் பயன்பாடு என்பது பலவீன மானவர்கள் பயன்படுத்தும் வலிமையான ஆயுதம். உண்மையில் நீங்கள் நினைப்பதை விட, உங்கள் வார்த்தைகள், உங்களைப் பற்றி அதிகம் பேசுகின்றன. எப்போதும் கெட்ட வார்த்தைகளை பயன்படுத்தும் ஒருவர் விரைவில் 'சிந்திக்காதவர்' 'அடுத்தவர்களைப் பற்றிக் கவலைப் படாதவர்' என்று பெயரெடுப்பார்.

தோத்திரப்பா இயற்றிய டேவிடின் வார்த்தைகளைப் படித்துப் பாருங்கள். அதில் அவர் ''நான் என் நடத்தையைக் கண்காணிப்பேன், என் நாவைப் பாவத்திலிருந்து காத்துக் கொள்வேன். தீயவர்கள் எதிரே இருக்கும்போது என் வாயை உறை போட்டுக் காத்துக் கொள்வேன்'' என்று எழுதியிருக்கிறார்.

நீங்கள் ஆணையிட்டுப் பேச வேண்டுமானால் உங்கள் வார்த்தைகள் தரக்குறைவாக இருக்காது என்று உறுதிபூணுங்கள். உங்கள் நாவைக் கட்டுப்படுத்த எவரேனும் சொல்லும் வரை காத்திருக்காமல், அந்த முடிவை நீங்களே எடுங்கள்.

60

வதந்திகளை உருவாக்க மாட்டேன்

பதினான்கு ஆண்டுகள் வங்கியில் காசாளராக இருக்கும் ஒரு பெண்ணுக்கு, திடீரென்று தன்னை ஏன் எல்லாரும் ஒதுக்குகிறார்கள் என்று புரியவில்லை. தேனீர் இடைவேளையின் போது அவளை வேண்டுமென்றே தவிர்த்தார்கள்; தங்களோடு சேர்ந்து உணவருந்த அவளை அழைக்கவில்லை.

''அவள் அதைச் செய்திருப்பாள் என்று உண்மையிலேயே நினைக்கிறீர்களா?'' என்ற கிசுகிசுப்புகள் அவர்களுக்கிடையில் நிலவின.

சில நாட்கள் கழித்து வங்கித் தலைவர் அந்தப் பெண்ணைத் தனது அறைக்கு அழைத்து, ''பல்லாயிரக்கணக்கான டாலர்கள் கணக்கில் வரவில்லை, நீங்கள்தான் காரணம் என்று நாங்கள் நம்புகிறோம்'' என்றார்.

''இது சுத்த மடத்தனம். நான் ஒருபோதும் அப்படிச் செய்ய மாட்டேன்'' என்று அவள் பதிலளித்தாள்.

உடனடி விடுப்பில் அவள் அனுப்பப் பட்டால். வதந்திகள் கண், காது மூக்கு வைத்துக் கொண்டு அவள் குடியிருப்பில். கோயில் வளாகத்தில், அவள் பிள்ளைகள் படித்த பள்ளியிலும் கூட வலம் வரத் தொடங்கின.

நான்கு மாதங்கள் கழித்து, ஃபெடரல் வங்கி ஆய்வாளர்கள் ஆய்வை முடித்தபோது, வங்கியின் தலைமைக் கணக்காளர் கையாடலுக்காகக் கைது செய்யப்பட்டு குற்றம் நீதிமன்றத்திலும் நிரூபிக்கப்பட்டது.

காசாளர் என்னவானாள்? பொய்க் குற்றச்சாட்டு அவளையும் அவள் குடும்பத்தையும் ஆழமாகப் பாதித்து விட்டது. அவர்கள் வேறு ஊருக்குக் குடிபெயர்ந்து வாழ்க்கையைப் புதிதாகத் தொடங்க முடிவு செய்தார்கள்.

நெப்போலியன் மண்டையிலடித்தாற் போலச் சொன்னார். ''ஒரு மனிதனைக் கொல்லப் பல வழிகள் இருக்கின்றன. கத்தியால் குத்தலாம்; துப்பாக்கியால் சுடலாம்; விஷம் வைக்கலாம்; நடத்தையில் களங்கம் கற்பிக்கலாம். எல்லா வற்றுக்கும் விளைவு ஒன்றுதான். கடைசி வழி மிகக் கொடுமையானது.''

காதால் கேட்பதை நம்பாதீர்கள்

குற்றம் நிரூபணம் ஆகும்வரை நிரபராதி என்பதன் அடிப்படையில் நமது நீதிமுறை அமைந்துள்ளது. ஆனால் நடைமுறை வாழ்வில் இது அப்படியே தலைகீழாகச் செயல் படுகிறது. ஒரு சின்ன வதந்தி, ஒரு மனிதனின் நற்பெயரை அவன் வாழ்நாள் முழுவதும் கெடுத்து விடும்.

வதந்திக்கு 'சின்ன பாவம்' என்றுதான் பெயர். ஆனால் அது குடும்பத்தைச் சிதைப்பது, சமூகத்தை உடைப்பது போன்ற பேரழிவை உண்டாக்க வல்லது.

ஆதாரமற்ற வதந்திகளைப் பரப்ப மாட்டேன் என்று உறுதியெடுத்துக் கொள்ளுங்கள். ஏனெனில் இடர் நிலையில் பல விஷயங்கள் இருக்கின்றன.

61

எனது கெட்ட பழக்கங்களை வெல்வேன் என்று உறுதி கூறுகிறேன்

தீங்கான நடத்தை என்ற சொல்லை கேட்டதும் உங்களுக்குத் தோன்றுவது என்ன? மது, போதைப் பழக்கங்கள், புகையிலை போன்றவற்றுக்கு உடலாலும் மனதாலும் அடிமையானவர்கள் உங்கள் கண்முன் தோன்றுகிறார்களா? அனரெக்ஸியா மற்றும் புலீமியா போன்ற மனம்சார் நடத்தை நோய்களால் அவதிப் படுபவர்களை நினைக்கிறீர்களா? சூதாட்ட வெறி பிடித்து அலைபவர்களைப் பற்றி யோசிக்கிறீர்களா?

தன் நன்னடத்தையிலிருந்து தவறும் நடிகர்கள், விளையாட்டு வீரர்கள், மற்றும் அரசியல்வாதிகளை ஊடகங்கள் உடனே நம் கண்முன் கவனத்துக்குக் கொண்டு வருகின்றன. வருந்தத்தக்க விதமாக குற்றம் புரிபவர்களின் எண்ணிக்கை மிக அதிகம். கணினி விளையாட்டுக்கள், சிறந்ததை மட்டுமே சகித்துக் கொள்வது, மதச்சார்பு, ஏன் நாட்டுப் பாடல்களில் கூட வெறி பிடித்து அலைபவர்களை நான் பார்த்திருக்கிறேன்.

உங்கள் வாழ்க்கையைத் தன் பிடியில் வைத்திருக்கும் எந்த நடவடிக்கையும் கடுமையான தற்சோதனைக்கு உரியது.

சிதைவு

ஓர் எதிர்மறைப் பழக்கத்தின் விளைவு மிகப் பெரியதாக இருக்கக் கூடும். அது வேலை இழப்பாகவோ, கடும் ஆரோக்கியச் சீர்கேடாகவோ, விபத்தாகவோ அல்லது மரணமாகக் கூட இருக்கலாம். சுய கட்டுப்பாடு இல்லாத வாழ்க்கை சிதறி விடும்.

''அனாமதேய குடிகாரர்கள் சங்கம்'' போன்ற இயக்கங்கள் நடத்தி வரும் மறுவாழ்வுத் திட்டங்களான '12 படிகள்' ஆகியவை லட்சக்கணக்கானோரை மதுப் பழக்கத்திலிருந்து மீண்டு வர உதவியுள்ளன.

அதே முறைகள் பெருந்தீனி, வாங்கிக் குவிப்பது, அடங்காக் காமம் மற்றும் இதுபோன்ற எண்ணற்ற, சிகிச்சை தேவைப்படுகின்ற பேராவல்களைக் குணப்படுத்தப் உதவுகின்றன.

தொகுப்பாக, எதிர்மறைப் பழக்கங்களை மாற்றக் கூடிய திறவுகோல்களான ஆறு முடிவுகள் இதோ:

1. எனக்குப் பிரச்சினை இருக்கிறது என்பதை ஒப்புக் கொள்கிறேன்.
2. நான் திருந்த விரும்புகிறேன்.
3. நான் உதவியை நாடுவேன்.
4. உடைந்துபோன உறவுகளை ஒட்ட வைப்பேன்
5. என் முன்னேற்றத்தைக் கண்காணிப்பேன்.
6. கடவுளிடம் தொடர்ந்து உதவவும், வழிநடத்தவும் வேண்டுவேன்.

62

நல்லதே நடக்கும் என்ற மனப்பான்மையை வளர்த்துக் கொள்வேன்

உங்களுக்கு வேடிக்கையாகத் தோன்றக் கூடும். ஒகலஹோமா நகரில் ஒருவர் வருடக்கணக்காக வானிலையால் ஆட்கொள்ளப் பட்டிருந்தார். வானம் மேக மூட்டமாக இருந்தாலோ. மழை பெய்தாலோ சோர்ந்து போய் விடுவார். அதுவே வானம் தெளிவாக இருந்து கதிரவன் பிரகாசித்தால் அவரைப் பிடிக்க முடியாது.

கடைசியில் ஒரு நாள் தன் மன நிலையைத் தன் வசம் கொண்டுவர முடிவு செய்தார். அன்றிலிருந்து காலையில் எழுந்ததும் சன்னலைத் திறந்து பார்ப்பார்; வெயிலோ பனிமூட்டமோ எதுவானாலும், ''நான் ஆணையிட்டபடி தான் இன்றைக்கு இருக்கிறது'' என்று சொல்லப் பழகிக் கொண்டார்.

உங்கள் அகக்காட்சி என்ன?

தான் நன்றாக இருக்கும்போதும், ஏதேனும் தீங்கு வந்து விடுமோ என்று எண்ணிக் கவலைப் படுபவன் எதிர்மறைச் சிந்தனையாளன் என்று வருணிக்கப்படுகிறான். சோகத்திலும், வருத்ததிலும் தலைசிறந்த ஐந்து, அல்லது பத்து நபர்களை உடனே உங்களால் சொல்ல முடியுமல்லவா? இவர்களிடம் ஒரு தங்கமான வாய்ப்பை வெள்ளித்தட்டில் வைத்துத் தந்தாலும்,

தங்கம் மங்கி விடுமா? வெள்ளி கறுத்து விடுமா? என்று கவலைப்படுவார்கள். இப்படிப்பட்ட ஒருவரால் திருந்த முடியுமா? இவர்கள் நெற்றியில் உள்ள கவலை ரேகைகளை களைய முடியுமா?

எதிர்மறை எதிர்பார்ப்புகள் உங்கள் சக்தியை உறிஞ்சி விடும். தலைமைப் பண்புகளைப் பற்றிய கருத்தரங்குகளை நடத்தி ஆயிரக்கணக்கானோருக்கு நம்பிக்கை ஊட்டிய ஜான் மேக்ஸ்வெல் கூறுகிறார், ''நாம் கண்ணுக்குப் புலப்படும் உண்மைகளை மட்டுமே பார்க்கப் பழகிக் கொண்டு ஆயிரக் கணக்கான வாய்ப்புகள் இருப்பதை மறந்து போனால் இவை மட்டும்தான் நடக்கும். அவை:

நாம் எதைப் பார்க்க வேண்டுமென்று நினைக்கிறோமோ அதை மட்டும்தான் பார்ப்போம், பார்க்கக் கூடியதை அல்ல.

நாம் எதைக் கேட்க வேண்டுமென்று நினைக்கிறோமோ அதை மட்டும்தான் கேட்போம், கேட்கக் கூடியதை அல்ல.

''நாம் எதை எதிர்பார்க்கிறோமோ அதை மட்டும்தான் நினைப்போம். நினைக்கக் கூடியதை அல்ல.''

நாம் பரவசம் மற்றும் நல்லெண்ணத்தின் ஜீவனோடு பிறந்திருக்கிறோம். வெயிலோ, மழையோ வெளி சக்திகள் அதை அழித்து விடாமல் பார்த்துக் கொள்ளுங்கள்.

63

முகம் சுளிப்பதை விட அதிகமாக முகம் மலர்வேன்

கான்ஸாஸ் நகரில் முப்பது வருடமாக நகரப் பேருந்தை ஓட்டிய விக் பியர்ஸ் என்ற ஓட்டுனரைப் பற்றி இன்றும் மக்கள் பேசிக் கொள்வார்கள். அவர் ஓட்டிய பேருந்தை மக்கள் ''மகிழ்வுந்து'' என்று அழைத்தார்கள்.

அவரது பயணிகள் சிரிப்பார்கள், புத்தகங்கள், சமையல் குறிப்புக்கள், ஏன் கிறிஸ்மஸ் பலகாரங்களைக் கூட பகிர்ந்து கொள்வார்கள். பேருந்தில் எதுவும் விஷயம் இல்லை. எல்லாம் ஓட்டுனரிடம்தான் இருந்தது.

அவர் ஓய்வு பெறும் நாள் வரை, முகத்தில் ஒரு பெரிய சிரிப்போடும், மனமார்ந்த காலை வணக்கத்தோடும் தான் பயணிகளை வரவேற்பார். மிகவும் தயங்குபவர்களைக் கூட உற்சாகப்படுத்தி வண்டியில் ஏற்றிக் கொள்வார். அவர் சொல்லுவது, ''என்னை எப்படி நடத்தினால் மகிழ்வேனோ, அப்படியே நான் அவர்களை நடத்தினேன்,'' என்றார்.

தடைகளை உடைப்பது

என்னை நிறைய பேர் ''நீங்கள் ஏன் அதிகம் புன்முறுவல் செய்கிறீர்கள்?'' என்று கேட்பதுண்டு.

நானும் விளையாட்டாக ஒருமுறை, ''ஓ! அதுவா! எனக்கு மேலுதடு சின்னதாக இருக்கிறது. அதனால்தான்'' என்றேன்.

உண்மையில் நான் மகிழ்ச்சியாக இருக்கிறேன். அதனால் சிரிக்கிறேன். அவ்வளவுதான். இன்னொன்று, நான் சிரிக்கும்

போது, மற்றவர்களும் அந்த உதவியை எனக்குச் செய்கிறார்கள் என்பதைப் பலகாலம் முன்பே நான் உணர்ந்திருந்தேன்.

என் பயணங்களின்போது குறிப்பாக ஆங்கிலம் பேசப்படாத நாடுகளில் பயணம் செய்யும்போது, ஒரு சிரித்த முகம் ஆயிரம் வார்த்தைகளுக்கு ஒப்பானது.

ஒரு முறை மேற்கு ஆப்பிரிக்காவில் நான் அவர்கள் கிராமத்தைப் படம் எடுத்ததைப் பார்த்து விட்டு ஓர் இளைஞர் கூட்டம் ஆத்திரத்தோடு, புரியாத மொழியில் கத்திக் கொண்டு எதிரே வந்தது. நான் ஓடி விடுவதற்குப் பதில், காமிராவை கீழே இறக்கி விட்டு ஒரு கடை வாசலில் அமர்ந்து கொண்டு அவர்கள் மீது ஒரு பெரிய முறுவலை வீசினேன். பிறகு அதுவரை எடுத்திருந்த நிழற்படங்களை அவர்களிடம் காட்டினேன். அவர்கள் அதை ரசித்ததோடு சிரித்துக் கொண்டே எங்களையும் படம் எடுப்பீர்களா என்பது போல் தங்கள் முகங்களைச் சுட்டிக்காட்டினர், நானும் எடுத்தேன்.

இசைக் கச்சேரி நடத்தும் விக்டர் போஜ் சொல்வார், ''இரண்டு பேருக்கு இடையில் இருக்கும் மிகச் சிறிய தூரம் புன்முறுவல்தான்.'' புன்முறுவல் செய்ய இருபத்தி ஆறு தசைகளும், முகம் சுளிக்க அறுபத்திரண்டு தசைகளும் தேவைப்படும்போது, எளிதானதைச் செய்யலாமே.

நெகிழுங்கள். புன்முறுவல் செய்யத் தொடங்குங்கள்.

64

ஒவ்வொரு நாளையும் உற்சாகத்தோடு எதிர்கொள்வேன்

கட்டிட வேலை சுறுசுறுப்பாக நடந்து கொண்டு இருந்தது. முதலாளி கட்டிக் கொண்டிருக்கும் உயரமான கட்டிடத்தை மேற்பார்வையிட்டுக் கொண்டு இருந்தார். அப்போது ஒரு எட்டு வயது சிறுவன் அவரிடம் வந்து, ''ஐயா, தங்களைப் போல் நானும் பெரிய மனிதனாக என்ன செய்ய வேண்டும்? வழி சொல்லுங்கள்'' என்று கேட்டான், அவரும் சிரித்துக் கொண்டே, ''ஓ! அது சுலபம்தான் தம்பி. ஒரு சிவப்பு சட்டையை வாங்கிப் போட்டுக் கொண்டு வெறிபிடித்த மாதிரி வேலை செய்'' என்றார்.

வானளாவும் கட்டிடங்களாய் கட்டும் அந்த செல்வந்தர், சிறுவனிடம் எழும்பிக் கொண்டிருக்கும் கட்டிடத்தின் உயரத்தில் ஓர் இடத்தைச் சுட்டிக் காட்டினார், ''அங்கே வேலை செய்பவர்கள் எல்லாரையும் உனக்குத் தெரிகிறதா?'' என்று கேட்டார்

சிறுவனும் கண்களை இடுக்கிக் கொண்டு பார்த்து, ''தெரிகிறது ஐயா'' என்றான். ''அதோ அந்த சிவப்புச் சட்டையிலிருக்கும் மனிதனைப் பார்த்தாயா? அவன் பெயர் கூட எனக்குத் தெரியாது. ஆனால் அவன் எவ்வளவு கடுமையாக வேலை செய்கிறான் என்பதை நான் பார்த்துக் கொண்டுதான் இருக்கிறேன். வருங்காலத்தில் எனக்கு ஒரு கண்காணிப்பாளர் தேவைப்படும்போது அவனிடம் நேராகப் போய் 'ஏ சிவப்புச் சட்டை! இங்கே வா' என்று கூப்பிடுவேன். அவனுக்குத்தான் அந்த வாய்ப்புக் கிடைக்கும்'' என்றார்.

நாம் ஒவ்வொரு வாய்ப்பையும் ஆர்வத்தோடு பற்றிக் கொண்டால் அது நிச்சயமாகப் படவேண்டியவர்கள் கண்ணில் படும். பதிப்பாளர் மால்கம் ஃபோர்ப்ஸ் சொல்வார், ''நீங்கள் அசையாமல் இருந்தால் எதுவும் நடக்காது. ஒரு நோக்கத்தை அடைந்தாலும் அடையாவிட்டாலும் கைகாலை உதைத்து கத்திக் கொண்டிருந்தால்தான் நீங்கள் உயிரோடு இருக்கிறீர்கள் என்று எங்களுக்குத் தெரியும்''.

உங்களைச் சிலர் வெறியன் என்றாலும் பரவாயில்லை. தீயாக வேலை செய்யுங்கள்.

ஒரு சின்ன வித்தியாசம்

ஆர்வத்தினால் வேலையில் இன்னும் கொஞ்சம் சேர்த்துச் செய்கிறோமே அதுதான் சராசரிக்கும் சிறப்புக்குமுள்ள வேறுபாட்டை உண்டாக்குகிறது.

பல சமயங்களில் அந்தச் சின்ன வேறுபாடு மிக முக்கியமானதாக அமையும். உதாரணத்துக்குத் தன் போட்டியாளர்களை விடச் சில வினாடிகளே வேகமாகப் போனாலும் அந்த ரேஸ்காரின் விலை இரண்டு மடங்காகி விடும். ஒலிம்பிக்ஸில் தங்கம் பெறும் தடகள வீரர், இரண்டாமிடத்தைப் பிடித்தவரை விட ஒரு பின்னப் புள்ளிதான் அதிகம் பெற்றிருப்பார்.

நீங்கள் செய்யும் எல்லாக் காரியங்களிலும் ஆர்வத்தையும், நேர்த்தியையும் சேருங்கள். ஆர்வமும் துடிப்பும் நிறைந்த ஓர் உலகில் நீங்கள் படைக்கப் பட்டிருக்கிறீர்கள். உங்கள் வாழ்க்கை அதைப் பிரதிபலிப்பதில் உறுதியாய் இருங்கள்.

65

தகவல் தொடர்புக் கலையை வளர்த்துக் கொள்வேன்

உங்களிடம் பகிரத்தக்க செய்தி இருக்கிறது. நீங்கள் ஏன் உங்கள் பேச்சுத் திறமையை வளர்த்துக் கொள்ளக் கூடாது? நாம் எப்போதுமே சரியாகப் பேசத்தான் நினைக்கிறோம். ஆனால் பல சமயங்களில் நமது தகவல் தவறாகப் புரிந்து கொள்ளப் படுகிறது.

- அரிமா சங்கத்தின் கூட்டத்தில் பேச்சாளர் பேசத் தொடங்கும் முன் நிகழ்ச்சித் தலைவர் அவரைப் பார்த்துக் கேட்டார், ''இன்னும் கொஞ்ச நேரம் அவர்களை மகிழ்ச்சியாக இருக்க விடுவோமா? அல்லது உங்கள் பேச்சை இப்போதே ஆரம்பித்து விடலாமா?''
- ஒரு வாசகர் எழுதினார், ''தங்கள் புத்தகத்தை எனக்கு அனுப்பியதற்கு நன்றி. நான் அதைப் படிப்பதற்கு ஒரு நிமிடம் கூட வீணாக்க மாட்டேன்.''

ஒன்று, இரண்டு, மூன்று

உங்கள் பேச்சுத்திறமையை வளர்க்க இதோ மூன்று விதிகள்.

1. எளிய, தெளிவான சொற்களைப் பயன்படுத்துங்கள்.

ஆங்கில ஆசிரியர்களுக்கான தேசிய மையம் ஆண்டுதோறும் 'இரட்டைபேச்சு'விருது வழங்குகிறது. பென்டகன் நிறுவனம் தனிச்சண்டையை 'வன்முறை செயலாக்கம்' என்றும் சமாதானத்தை 'வெறுப்புக்கு முந்திய நிரந்தர நிலை 'என்றும் கூறுகிறது.

2. நேரடியாக விஷயத்துக்கு வாருங்கள்.

கெட்டிஸ்பர்க் பேச்சுக்கு லிங்கன் பயன்படுத்திய வார்த்தைகள் 267தான்.

இறைப் பிரார்த்தனையின் மொத்த வார்த்தைகளோ 66 மட்டுமே. ஆனால் அமெரிக்க அரசின் ஆரஞ்சுப்பழ விலை நிர்ணய ஆணை 28561 வார்த்தைகள் கொண்டதாக இருக்கிறது.

3. செய்தி தொடர்பைத் தனிப்பட்டதாக வைத்துக் கொள்ளுங்கள்.

ஒரு விற்பனையாளர் தமது வாடிக்கையாளரைத் தொலைபேசியில் அழைத்தார். செயலாளர், அமர்த்தலாக, 211-8412 என்றார். சற்றே எரிச்சலடைந்த விற்பனையாளர், ''நான் திரு.டைலர் அவர்களுடன் பேசலாமா?'' என்றார்.

செயலாளர், ''யார் அழைத்தது என்று அவரிடம் நான் சொல்லட்டும்? '' என்று கேட்டார்.

அதற்கு விற்பனையாளர் ''8193595'' என்று நமுட்டுச் சிரிப்போடு பதிலளித்தார்.

பழகும் கலையோ, மேடைப் பேச்சோ, சொல்லடுக்கு மேம்பாடோ எதுவானாலும் திறமையை வளர்த்துக் கொள்ள காலம் கடந்து விடவில்லை.

66

நல்ல நடத்தையை எப்போதும் வெளிப்படுத்துவேன்

நம்மைப் பொறுத்தவரை கைகுலுக்குவது நட்பின் அடையாளம். இந்தப் பழக்கம் இடைக்காலத்தில் ஏற்பட்டது. இரண்டு பேர் சந்திக்கும்போது தங்கள் வலக்கையை நீட்டிப் பற்றிக் குலுக்கியது, தங்கள் வாட்களைப் பயன்படுத்தும் உத்தேசம் இல்லை என்பதை காட்டிக் கொள்வதற்குத்தான். அது நல்லெண்ணம் மற்றும் மரியாதையின் அடையாளமாக விளங்கியது.

இப்போது பல பேருக்கு பண்பு தொலைந்த கலையாகி விட்டது. எப்போதோ ஒருவர் சொன்னார், ''எனக்கு உங்கள் பெயர் நினைவில்லை. உங்கள் பண்பான நடத்தை பழக்கமாக உள்ளது.''

மரியாதை விஷயம்

சபை கலாசாரம் என்பது முறையாக அறிமுகப்படுத்துவதோ, அல்லது எந்தக் கத்தி அல்லது முள்கரண்டியை விருந்தில் பயன்படுத்த வேண்டும் என்பது மட்டுமே அல்ல. நேர்மை, நியாயம், அக்கறை, நம்பகத்தன்மை ஏன் வாக்குசுத்தம் போன்ற உங்கள் அடிப்படைப் பண்புகளை அது பிரதிபலிக்கிறது.

தேசிய சபை கலாசாரப் பயிற்சியை நடத்தி ஆயிரக் கணக்கான இளம் தலைமுறையினருக்கு வழிகாட்டும் சார்லஸ் மற்றும் எலிசபெத் ஆன் விண்டர்ஸ் ''நல்ல கலா சாரத்தைப் பின்பற்றுவது நாம் மற்றவர்களை மதிப்போடும்

மரியாதையோடும் கௌரவமாக நடத்துகிறோம் என்பதன் அடையாளம்'' என்று நம்புகின்றனர்.

நன்னடத்தைக்கான நூற்றுக்கணக்கான விதிகளுக்கும் அடிப்படை ஒன்றே ஒன்றுதான். 'நான் என்னைவிட மற்றவர்களை மதிக்கிறேனா?' என்ற கேள்வியின் விடைதான் அது.

ஓர் உதாரணத்தைப் பார்க்கலாம். நீங்கள் உங்களுக்கு விருந்தளித்தவருக்கு ஒரு நன்றிக் கடிதம் எழுதுகிறீர்கள். இந்த இரண்டு வாக்கியங்களில் எது உங்களுக்கு இன்னுமொரு அழைப்பைப் பெற்றுத்தரும்?

''நான் உங்கள் வீட்டு விருந்தை வெகுவாக ரசித்தேன்.''

''நீங்கள் அற்புதமாக விருந்தளித்தீர்கள்.''

விடை உங்களுக்கே தெரியும் என்று நினைக்கிறேன்.

சின்ன சாவிகள்

பெரியவர்களில் நிறைய பேர் முதல் வகுப்பில் கற்றுத் தரப்படும் இந்தப் பாட்டை மனப்பாடம் செய்து கொண்டால் நன்றாக இருக்கும்.

''சின்னச் சின்ன சாவிகள் ரெண்டு!
என்ன செய்யலாம் அதைக் கொண்டு?
நன்றியென்றும் ப்ளீஸென்றும் சொல்ல நீயும் மறக்காதே;
சின்னச் சாவிகள் இவ்விரண்டும் இருந்திட்டால்
உள்ளக்கதவுகள் திறந்திடுமே''

நீங்கள் எப்படி? உதாரணத்திற்கு முன்பின் தெரியாத ஒருவருக்காக நீங்கள் கதவைத் திறந்து விடுவதுண்டா? லிஃப்டில் மற்றவர்கள் உங்களுக்கு முன்னே செல்ல அனுமதிப்பதுண்டா?

நினைவில் கொள்ளுங்கள். முதல் அனுமானத்தை ஏற்படுத்திக் கொள்ள இரண்டாம் வாய்ப்புக் கிடைப்பதில்லை.

67

நான் என் நேரத்தைத் திறமையாக நிர்வகிப்பேன்

வேலைக்கு விண்ணப்பித்திருந்தவரிடம் வேலை வாய்ப்பு அதிகாரி கேட்டார். ''நீங்கள் ஏன் முந்தைய வேலையிலிருந்து வெளியேறினீர்கள்?'' வந்தவர் சொன்னார், ''அங்கே எல்லாப் பணியாளர்களையும் காலை 8.45க்கெல்லாம் வேலைக்குத் தயாராக வந்துவிட வேண்டும் என்று கட்டாயப்படுத்துகிறார்கள். அவ்வளவு கண்டிப்பான இடத்திலெல்லாம் என்னால் வேலை செய்ய முடியாது.''

அவரை வேலைக்கு எடுத்துக் கொள்ளவில்லை என்று சொல்லவும் வேண்டுமா?

பல பேருக்குக் கடிகாரம் ஓர் சவாலாக விளங்குகிறது. நிறுவனத்தின் விற்பனைத் திட்டங்களைத் தீட்டுவதிலும், சக பணியாளர்களோடு ஒத்துழைப்பதிலும் விற்பன்னரான ஒரு துணைச் செயலாளருக்கு உயர் பதவிக்கான வாய்ப்பு தட்டிப் போய்க்கொண்டே இருந்தது. காரணம் அவருக்குத் தன் நேரத்தை சரியாக நிர்வகிக்கத் தெரியாததுதான். அவர் மேலதிகாரி, ''அவருடைய தொலைபேசி அழைப்புக்கள் மற்ற பணியாளர்களுடையதை விட நான்கு மடங்கு அதிக நேரம் எடுத்துக் கொள்ளும்'' என்று குறைபட்டுக் கொண்டார்.

எல்லார் நேரமும் ஒன்றுதான்

நாம் வேறுபாடுகள் நிறைந்த உலகில் வாழ்கிறோம். ஆனாலும் எல்லாருக்கும் சமமாகக் கிடைக்கும் பொருள் ஒன்றும் இருக்கிறது. பழம்பெரும் டெஃஸாஸ் தொடர்கடைகளின் தலைவர் ஸ்டான்லி மார்கஸிடம் வெற்றிகரமானவர்களிடம் காணப்படும் பொது அம்சம் என்ன என்று கேட்கப்பட்டபோது கூறுகிறார், ''எல்லோருக்கும் 24 மணி நேரம் தான் கிடைக்கிறது. உலகம் எல்லாத் திசைகளிலும் பரவி விட்டாலும் ஒவ்வொரு வருக்கும் கிடைக்கும் நேரம் ஒன்றுதான். அதை அவர்கள் எப்படிப் பயன்படுத்துகிறார்கள் என்பதில்தான் வெற்றி அடங்கியுள்ளது.''

சம வேகத்தில்

ஒரு நிமிடத்தின் மதிப்பை அறிய வேண்டுமானால் உங்கள் கணக்காளரையோ அல்லது வழக்கறிஞரையோ ஏதேனும் ஆலோசனைக்காகத் தொலைபேசியில் அழையுங்கள். நீங்கள் அழைத்தவுடன் அவர் தமது நேர அட்டவணையில் மணி குறித்து விடுவார் என்பது திண்ணம். அவர் ஆலோசனை வழங்கும் ஒவ்வொரு நிமிடமும் உங்கள் கட்டணம் ஏறிக்கொண்டே போகும்.

டென்வரிலுள்ள ஒரு பல்பொருள் அங்காடியில் பணிபுரியும் கணக்கரிடமிருந்து நாம் கற்றுக்கொள்ள வேண்டிய பாடம் ஒன்று உள்ளது. அவர் சொன்னார், ''முன்பெல்லாம் கடிகாரத்தைக் கவனித்துக் கொண்டே இருப்பேன். நேரம் வீணாகும். திடீரென்று ஒரு நாள் எனக்கு கடிகாரத்தின் முட்கள் சீராக ஒரே வேகத்தில் நகர்வது புலப்பட்டது. அதோடு நானும் போக வேண்டுமென்றால், இப்போதே தொடங்குவதுதானே நல்லது.''

நிமிடங்களை மதிப்பிடாதீர்கள். உங்கள் நிமிடங்களை மதிப்புள்ளதாக்கிக் கொள்ளுங்கள்.

68

தள்ளிப்போடுவதைத் தவிர்ப்பேன்

வடக்கு டகோடாவில் ஒரு கதை சொல்வார்கள். பனிக் காலத்தைத் தவிர்ப்பதற்காக ஒரு வாத்துக் கூட்டம் தெற்கு நோக்கிப் பறந்து கொண்டிருந்தது. வழியில் ஒரு வயலில் இறங்கிச் சோளத்தைத் தின்று பசியாறின. மறுநாள் காலை சூரியன் உதித்ததும் அவை பறந்து விட்டன. ஆனால் ஒரு வாத்து மட்டும் தங்கிவிட்டது. அது, ''இங்கே சோளம் நன்றாக இருக்கிறது.நாம் இன்னும் ஒரு நாள் தங்கி விட்டுப் போகலாம். போகிற இடத்தில் தீனி கிடைக்கிறதோ இல்லையோ'' என்று எண்ணியது.

அடுத்த நாளும், அதற்கடுத்த நாளும் தாமதம் தொடர்ந்தது. வாத்து தினமும் ''நாளைக்குத் தெற்கு நோக்கிக் கண்டிப்பாகப் பறக்கலாம்'' என்று தள்ளிப் போட்டுக் கொண்டே போனது.

கடைசியாகப் பனிக்காலக் காற்று கடுமையாக வீசத் தொடங்கியது. இன்னும் தாமதித்தால் மரணம்தான் என்று வாத்துக்குப் புரிந்தது. அது தன் இறக்கைகளைப் படபடத்து வானில் எழும்பிப் பறக்க முயன்றது. ஐயோ பாவம்! அது மிகுந்த காலத்தை வீணாக்கி விட்டது. பறக்க இயலாத அளவு பெருத்து விட்டது!

ஐந்து அம்சத் திட்டம்

ஒரு வெற்றி வீரருக்கும் 'பங்கெடுத்துக் கொண்டவருக்கும்' என்ன வேறுபாடு? சுய ஒழுங்குமுறைதான். எழுத்தாளர்

ஜான் எர்ஸ்கின் சொன்னார், ''மிக எளிமையாகச் சொன்னால் தலைவன் என்பவனுக்கு எங்கே போக வேண்டும் என்று தெரிந்தவுடனே, கிளம்பிப் போய் விடுகிறான்.''

தள்ளிப் போடும் பழக்கத்தின் விலங்குகளைத் தகர்த்தெறிவது எப்படி?

இதோ ஐந்து வழிகள்.

1. குறுகிய காலத் திட்டத்தைப் பயன்படுத்துங்கள்.

அடுத்த ஐந்து நிமிடத்தில் என்ன செய்யப் போகிறோம் என்று உங்களை நீங்களே கேட்டுக் கொள்ளுங்கள்.

2. தன் கையே தனக்கு உதவி.

உதவிக்காகக் காத்திருக்காதீர்கள். சார்லஸ் டி கால் சொன்னது போல், ''பல பேர் செய்தால் விளைவு மெத்தனம்; ஒருவன் செய்தால் விளைவு செயல்.''

3. செய்ய அஞ்சும் வேலையைச் செய்யுங்கள்.

உங்கள் கால அட்டவணையில் எப்பாடு பட்டும் செய்து முடித்து விடுவேன் என்று எழுதி வைத்துக் கொள்ளுங்கள்.

4. தவறுகளைக் கண்டு வருந்தாதீர்கள்.

குறையில்லாத செயல்பாட்டை விட உடனடி செயல்பாடு சிறந்தது.

5. யோசித்துக் கொண்டிருக்காமல் உடனே செயலில் இறங்குங்கள்.

மாமன்னர் அலெக்ஸாந்தரை எப்படி உங்களால் உலகை வெல்ல முடிந்தது என்று கேட்டபோது அவர் 'தாமதம் செய்யாததனால்தான்' என்று பதிலளித்தார்.

என்ன தடைகள் வரலாம் என்று சிந்தித்தபின் உடனடியாகச் செயலில் இறங்குங்கள்.

69

சமாதானம் சொல்வதை நிறுத்தி விடுங்கள்

கிறிஸ்மஸ் தினத்தன்று 1776ஆம் ஆண்டு ஏறத்தாழ உறைந்து கிடந்த டெலாவர் ஆற்றை ஒரு சிறிய படகில் கடக்க முயன்றபோது வாஷிங்டன் ஆயிரம் காரணம் சொல்லித் திரும்பியிருக்கலாம்.

அது கடும் குளிர்காலம். ஆறு உறைந்திருப்பதால் பனிக் கட்டியை உடைத்துக் கொண்டு முன்னேற வேண்டும். எதிர்க் கரையில் எதிரி வேறு காத்துக் கொண்டிருக்கிறான்.

ஆனால் வாஷிங்டன் எந்தத் தடையையும் பொருட்படுத்த வில்லை. அது புரட்சிபோர்; சுதந்திரப் பிரகடனத்தைக் காத்தே தீருவது என்பதில் அவர் உறுதியாக இருந்தார். அடுத்த நாள் அவரது படை டிரென்டனில் ஒரு மாபெரும் வெற்றியைப் பெற்றது.

முறிந்த தந்திகள்

விஷயங்கள் தவறாகப் போகும் நேரம், பழிபோட ஆளைத்தேடும் நேரமல்ல. அது சாதனைக்குரிய காலம்.

சிறப்புமிக்க வயலின் கலைஞர் பகனினி, கச்சேரி வாசித்துக் கொண்டிருந்தபோது திடீரென்று ஒரு தந்தி

அறுந்து தொங்கியது. அவர் வாசிப்பைத் தொடர்ந்தார். இரண்டாவது தந்தி அறுந்தது. மூன்றாவதும் அப்படியே. கச்சேரியை நிறுத்துவதற்குப் பதில் பகனினி தனது வயலினைத் தூக்கிக் காட்டி அறிவித்தார். 'பகனினியும் ஒரு தந்தியும்'.

பிறகு வயலினைத் தன் முகவாய்க்குக் கீழ் வைத்துக் கொண்டு ஒரு பெரிய பாடலை வாசித்தார். பார்வையாளர்கள் எழுந்து நின்று கை தட்டும் அளவுக்கு வாசிப்பு மிகச் சிறப்பாக அமைந்திருந்தது.

பகனினி சாக்கு சொல்லவில்லை. தன்னிடம் இருப்பதைக் கொண்டு சாதித்துக் காட்டினார்.

70

பொருளாசை என் உந்துசக்தியாக இருக்காது

தெற்கு கரோலினாவில் சமீபத்தில் குடியேறிய ஒரு தம்பதியிடம், "ஓய்வுக் காலம் எப்படி இருக்கிறது?" என்று விசாரித்தேன். மனைவி முந்திக் கொண்டு பதிலளித்தார். "என் கணவரைப் பார்க்ககூட முடிவதில்லை. காலை உணவுக்கு முன்பே வால் ஸ்ட்ரீட் ஜர்னலை வைத்துப் புரட்டிக்கொண்டு இருப்பார். காலை முழுவதும் பங்கு வர்த்தகரின் அலுவலகத்தில் கழிப்பார். மதியம் அவர் பொருளாதார அலைவரிசைகளாய்ப் பார்ப்பதற்கென்றே தனித் தொலைக்காட்சிப் பெட்டி வாங்கி விட்டோம் என்றால் பார்த்துக் கொள்ளுங்கள். பணம் பண்ணுகிற பைத்தியம் அவருக்குப் பிடித்திருக்கிறது" என்று பொருமித் தீர்த்தார்.

வாழ்க்கைக்குப் பணம் மிகவும் அவசியம்தான். ஆனால் அது நாயை ஆட்டுகின்ற வாலாக ஆகிவிடக்கூடாது.

நார்வே நாட்டு நாடகாசிரியர் ஹென்ரிக் இப்ஸெனின் வார்த்தைகளில், ''தங்கத்தை அடிப்படையாக வைத்து வாழ்க்கையை அமைப்பது, மணலை அடிப்படையாக வைத்து மாளிகை எழுப்புவதைப் போன்றது.''

வேலி கட்டுவது

எல்லா இடத்திலும் மக்கள், உலகைத் தங்கள் சொந்தச் சொத்தாகப் பார்க்கின்றனர். ஹென்றி டேவிட் தொரே தனது குறிப்புகளில், ''மனிதன் தனது ஆக்கிரமிப்புப் பகுதியை எப்படிப் பிரித்திருக்கிறான், மதிக்கிறான் என்று பார்க்கும்போது எனக்கு வேடிக்கையாக இருக்கிறது. பூமியின் மீது குறுக்கும் நெடுக்கும் ஓடும் இந்த அற்ப வேலிகளைப் பார்த்து கடவுள் கண்டிப்பாகச் சிரித்திருப்பார்.''

நாம்தான் அறங்காவலர்கள்

ஒவ்வொரு பெரிய தொண்டு நிறுவனமும் தனது நிதிநிலைகளை நிர்வகிக்க அறங்காவலர் குழுவைத் தேர்ந்தெடுக்கிறது. நீங்களும் நானும் கூட அறங்காவலர்கள்தாம். கடவுள் படைத்த இந்த உலகம் நமது பொறுப்பில் இருக்கிறது. நாம் அதை அவர் சார்பாகப் பார்த்துக் கொள்கிறோம். நாம் கடவுளின் சொத்துக்களுக்கு உரிமையாளர்கள் அல்ல; நிர்வாகப் பொறுப்பில் இருக்கும் வேலைக்காரர்கள் மட்டுமே.

பெரும் ஓவியர்களால் வரையப்பட்டு உங்கள் சுவரில் தொங்கும் விலையுயர்ந்த சித்திரங்களை விடவும், உங்கள் பாதுகாப்புப் பெட்டகத்தில் இருக்கும் அரிய நகைகளை விடவும், மதிப்பு மிகுந்த ஒன்று உள்ளது. அடுத்தவர்களின் வாழ்க்கையில் மகிழ்ச்சியை ஏற்படுத்துவதே உங்கள்

வாழ்க்கை லட்சியமாகக் கொண்டால் உங்கள் உடைமைகள் எதுவானாலும், நீங்கள்தான் மாபெரும் செல்வந்தர்.

71

பகட்டை வழியனுப்பி வைப்பேன்

சான்ஃபிரான்ஸிஸ்கோ நகரில் ஓர் இளம் வழக்கறிஞர் தனியாகத் தொழிலை தொடங்கினார். அலுவலகத்தில் முதல் நாள், ஒருவர் அவரைப் பார்க்க வந்தார்.

வந்தவர் ஒரு கட்சிக்காரராக இருக்க வேண்டும் என்று ஊகித்து, தன்னைப் பற்றி அவர் உயர்வாக எண்ண வேண்டுமென்பதற்காக, வழக்கறிஞர் தொலைபேசியை எடுத்து மிகவும் முக்கியமானவரைப் போல அலட்டத் தொடங்கினார். ''ஆம், நாங்கள் காலையில் அந்த முதலீடுகளை எடுத்துக் கொள்கிறோம். எல்லாம் சரியாக நடந்து கொண்டு இருக்கிறது. தடயத் துறையிலிருந்து இன்றுதான் அறிக்கை வந்தது.

நடுவில் திரும்பி வந்தவரைப் பார்த்து தொலைபேசியை மூடிக்கொண்டு, ''உங்களுக்கு என்ன உதவி செய்யட்டும்?'' என்று வினவினார்.

வந்தவர், ''ஒன்றும் வேண்டாம், நான் தொலைபேசி அலுவலகத்தைச் சேர்ந்தவன். உங்கள் தொலைபேசிக்கு இணைப்புத் தர வந்திருக்கிறேன்'' என்றார்.

ஒரு வாளித் தண்ணீர்

சமயங்களில் நாம் எளிமையை அதிகமாகப் பயின்றால் நல்லது. எளிமையை நாம் அதிகமாகப் பயில வேண்டிய

தருணங்களும் உண்டு. மிகவும் பிரபலமான ஊக்குவிப்பு எழுத்தாளர் ஒக் மாண்டினோ சொல்கிறார். ''அடுத்த முறை அலட்டிக் கொள்ள வேண்டுமென்று தோன்றினால், உங்கள் விரல்களை மடக்கிக் கையை ஒரு வாளித் தண்ணீருக்குள் விடுங்கள். நீங்கள் அதை வெளியே எடுக்கும்போது தண்ணீருக்குள் ஏற்படும் ஓட்டைதான் உங்கள் உண்மையான மதிப்பு.''

உங்கள் சாதனைகளே உங்களைப் பற்றிப் பறைசாற்றட்டும். வில் ரோஜெர்ஸ் பரிந்துரைத்தது போல, ''உங்கள் கட்டியத்தை இன்னொருவன் முழங்கினால், அது இரண்டு மடங்கு தொலைவில் கேட்கும்.''

என்னைப் பற்றிச் சொன்னது போதும்

சுய தம்பட்டம் அடித்துக் கொள்பவர்கள் எவருடனாவது பழகியிருப்பீர்கள் ங்என்று நம்புகிறேன்.

ஒரு ரெக்கார்டிங் ஆர்டிஸ்ட் தனது நண்பனுடன் உணவருந்திக் கொண்டிருந்தான். ஒரு மணி நேரத்துக்கு மேலாகத் தனது புதிய வெளியீட்டைப் பற்றி யாரார் என்னென்ன சொன்னார்கள் என்று அளந்து கொண்டிருந்தான். சாப்பிட்டு முடிக்கும்போது, ''என்னைப் பற்றி இத்தோடு போதும். கொஞ்சம் உன்னைப் பற்றிச் சொல். எனது சமீபத்திய வெளியீட்டைப் பற்றி என்ன நினைக்கிறாய்?''

முன்னேற்றத்திற்கு ஓரளவு தற்பெருமை தேவைதான். ஆனால் தன்னம்பிக்கை, தம்பட்டமாக மாறாமல் இருக்க, அடுத்தவர்களைத்தான் உயர்த்திப் பேசுவேனே ஒழிய, என்னையல்ல என்று உறுதியெடுத்துக் கொள்ளுங்கள்.

72

முறையான ஒரு படிப்புத் திட்டத்தை ஏற்படுத்திக் கொள்வேன்

புகழ்பெற்ற ஃப்ரென்ச் எழுத்தாளர் பால்சாக், நண்பர்களுடன் ஒரு மாலை நேரத்தை அரட்டையில் கழித்தார். பிறகு அவர் வீட்டுக்குத் திரும்பினார். நேராகத் தமது அறைக்குச் சென்றார். மேலங்கியைக் கழற்றி விட்டுக் கைகளைத் தேய்த்துக் கொண்டு அலமாரியிலிருந்த பெரும் எழுத்தாளர்களின் புத்தகங்களைப் பார்த்துச் சொன்னார், ''இப்போதுதான் நிஜ மனிதர்களோடு இருக்கிறேன்''

பெனிசில்வேனியாவைச் சேர்ந்த துடிப்பு மிக்க ஊக்குவிப்புப் பேச்சாளர், சார்லஸ் ஜோன்ஸுடன் உணவருந்தியதை நான் இன்னும் நினைவு வைத்திருக்கிறேன். அவர் அப்போது சொன்னார், ''நீங்கள் சந்திக்கும் மனிதர்களும் படிக்கும் புத்தகங்களும் இல்லாவிட்டால் ஐந்து வருடங்கள் கழித்தும் அப்படியே தான் இருப்பீர்கள்.''

ஒரு வளமான நீரூற்று

உங்களுக்குக் குழந்தைகள் இருந்தால், படிக்கும் பழக்கத்தை அவர்கள் வாழ்வின் மையமாக்குவதற்கு உங்களாலான எல்லா வற்றையும் செய்யுங்கள். ஒரு தந்தை தன் மகனுக்குக் கைக் காசு தருவதற்குப் பதிலாக அவன் படிக்கும் ஒவ்வொரு சுய முன்னேற்றப் புத்தகத்துக்கும் ஒரு டாலர் தருவார். பிற்காலத்தில் அவர் சொன்னார், ''புத்தகங்கள் என் மகனுக்குச் செய்திருக்கும்

உதவியைப் பார்த்தால், இன்னும் நிறைய அவனுக்குக் கொடுத்திருக்கலாமோ என்று இப்போது தோன்றுகிறது.''

புத்தகங்களில் இருக்கும் சொற்கள் வெறும் காகிதத்தின் மீது கறுப்பு மை மட்டுமல்ல; பன்மடங்கு உயர்ந்தவை. உங்களால் ஆவலோடு அள்ளிப் பருகப்படக் காத்திருக்கும் வற்றாத நீரூற்று. இறைக்க இறைக்கக் குறையாத வளம் மிகுந்தது.

சிலபேர் கல்லூரிப் படிப்பு முடிந்ததும் படிக்கும் அவசியம் முடிந்து விட்டதாக நினைப்பது வருந்தத் தக்கது. அவர்கள் உணர்கிறார்களோ இல்லையோ, கூடிய சீக்கிரத்தில் அவர்கள் எண்ண ஓட்டமும், பேச்சும் புதிய கருத்துக்கள் ஏதுமற்ற அரைத்த மாவாகி விடும்.

ஒவ்வொரு நாளும் படிப்பதற்கென்று ஒரு குறிப்பிட்ட நேரத்தை ஒதுக்குங்கள். அது சாப்பாட்டையும், தூக்கத்தையும் போல முக்கியமானது; விருப்பமிருந்தாலோ அல்லது ஓய்வு கிடைத்தாலோ மட்டும் செய்யும் செயலல்ல என்பதைத் தெளிவாக உணர வேண்டும். தனிப்பட்ட முறையில் நான் இரண்டு விஷயங்களில் கவனம் செலுத்துவேன். (1) சுய முன்னேற்றம் மற்றும் தூண்டுதல், (2) தகுதி மேம்பாடு.

முதலாவது குண நலன்களை வளர்த்து ஊக்கப்படுத்துகிறது. இரண்டாவது நமது திறமைகளை மேம்படுத்துகிறது.

நீங்கள் தகவலுக்காகவோ, மகிழ்ச்சிக்காகவோ, தூண்டுதலுக் காகவோ, சுய வளர்ச்சிக்காகவோ, எதற்குப் படித்தாலும் உங்கள் அன்றாட நடவடிக்கைகளில் முக்கியமான ஒன்றாக படிக்கும் பழக்கத்தை வைத்துக் கொள்ளுங்கள்.

73

வாழ்நாள் முழுவதும் சுயவளர்ச்சிக்குப் பாடுபடுவேன்

'மாய உலகில் ஆலிஸ்' என்ற கதையில் ஓர் அற்புதமான காட்சி வரும். ஆலிஸ், செஷைர் பூனையிடம் "தயவுசெய்து நான் எந்த வழியில் போக வேண்டுமென்று கூற முடியுமா?" என்று கேட்பாள்.

அதற்கு அந்த பூனை சிரித்துக்கொண்டே "அது நீ எங்கே போக வேண்டு மென்பதைப் பொறுத்தது" என்று பதில் சொல்லும்.

உங்கள் வாழ்வின் நோக்கங்களைத் தெளிவாக்கிக் கொள்ள மறக்காதீர்கள். அதில்தான் சுயமுன்னேற்றத்தின் சாவி இருக்கிறது.

செயல் நேரம்

நீங்கள் சாதிக்க வேண்டுமானால் உங்களிடம் நல்ல மனமும், உயர்ந்த லட்சியங்களும் இருந்தால் மட்டும் போதாது. செயல் வேண்டும்.சீனப் பழமொழி ஒன்று; நான் கேட்கிறேன் - மறந்து விடுகிறேன். நான் பார்க்கிறேன் - நினைவு வைத்துக் கொள்கிறேன், நான் செய்கிறேன் - புரிந்து கொள்கிறேன்.

உங்கள் திறமையின் அடிப்படையில் கோட்டையைக் கட்டுங்கள், உங்களுக்கு அந்த நேரம் பிடித்தமானதன் அடிப் படையில் அல்ல. ஆங்கில எழுத்தாளர் சாமுவெல் ஜான்ஸன் சொல்கிறார், "எல்லாவற்றிலும் அதிகமாக உள்ள ஒருவன் எதிலும் ஒன்றுமில்லாதவனாக இருப்பான்."

ஒரு பெரிய சவாலைச் சமாளிக்கும் அளவுக்கு உங்கள் கனவு பெரியதாக இருக்க வேண்டும். ஒரு நில விற்பனை யாளரின் அலுவலகப் பலகையில் இருந்த வாசகத்தைப் பார்த்தேன், ''நீங்கள் திட்டமிட்டது எல்லாவற்றையும் அடைந்து விட்டீர்கள் என்றால் நீங்கள் போதுமான அளவு திட்டமிடவில்லை என்று பொருள்.''

செக்கை விட்டு வெளியே

சில பேர் நினைப்பதைப் போல தொடர்ந்த முன்னேற்றம் என்பது ஒன்றும் மிக மிகக் கடினமானதல்ல. தேர்ச்சி அடைய 51% போதும். அதற்கு மேல் கிடைக்கும் ஒவ்வொரு புள்ளியும் ஊக்கத் தொகைதான்.

ஒரு சிகரத்தை அடைந்து விட்டால் அதோடு போதும் என்று நினைக்கும் மனப்பான்மையை ஒழியுங்கள். யாரோ சொன்னார்கள், ''வயதாவதால் வளர்ச்சி நின்று விடுவதில்லை. வளர்ச்சி நின்று விடுவதால்தான் வயதாகிறது.''

சுய வளர்ச்சிக்காக 24 மணி நேரத்தில் நீங்கள் செய்யக் கூடியது எவ்வளவோ இருக்கிறது ஒரு நாள் நல்ல சத்தான உணவைச் சாப்பிடலாம்; ஒரு நாள் நல்லதே நடக்கும் என்ற நம்பிக்கையை ஏற்படுத்திக் கொள்லலாம். ஒரு நாள் அடுத்தவரை உற்சாகப் படுத்தலாம்.

அப்போது அவற்றை ஒரு வாரத்துக்கு ஏன் செய்யக் கூடாது? ஒரு மாதத்துக்கு; ஒரு வருடத்துக்கு? இன்னும் சொல்லப் போனால், நீங்கள் அவற்றை வாழ்நாள் முழுவதும் செய்யலாம்தானே.

74

மன அழுத்தத்தின் காரணங்களைக் கண்டறிந்து அவற்றை நீக்குவேன்

ஒரு நவீன தொழில்நுட்ப நிறுவனத்தின் மேலாளர் தனக்கு கீழ் பணிபுரியும் பணியாளர்கள் எப்போதும் ஏதாவது ஒரு புகாரோடு தன் அலுவலகத்துக்கு வருவதைப் பற்றிச் சொன்னார். அவர்களது புகாரைக் கேட்டபின் அவர்களை அது பற்றி எழுத்து மூலமாக ஓர் அறிக்கை தரச் சொல்வார். பின் அவர்கள் வெளியே போகும்போது, ''ஆறாம் விதிமுறையை மறக்காதீர்கள்'' என்பார்.

அவர் அந்த வாசகத்தைப் பலமுறை பயன்படுத்தியிருக்கிறார். ஆனாலும் யாரும் அதற்குப் பொருள் கேட்கவில்லை.

ஒரு நாளொரு இளம் பணியாளர், ''ஆறாம் விதி, ஆமாமாம் சரிதான்,'' என்று விட்டுத் திரும்பும்போது கேட்டார், ''சரி, ஆறாம் விதி என்ன?'' என்று கேட்டார்.

மேலாளர் விளக்கினார், ''அது இதுதான், உங்களை நீங்களே தீவிரமாக எடுத்துக் கொள்ளாதீர்கள்.''

இளைஞர் சொன்னார், ''நன்றி ஐயா, இதை நினைவில் வைத்துக் கொள்வேன், சரி, மற்ற விதிகள் என்னென்ன?''

மேலாளர், ''வேறு விதிகள் எதுவும் இல்லை'' என்றாரே பார்க்கலாம்.

எல்லாம் சமனம்தான்

லட்சக்கணக்கான மக்கள் தங்கள் கட்டுப்பாட்டில் இல்லாத விஷயங்களுக்காகக் கவலைப்பட்டுக் கொண்டு இறுகின முகத்தோடும், சுருங்கிய நெற்றியோடும், கலங்கும் வயிறோடும் தான் ஒவ்வொரு நாளையும் எதிர்கொள்கிறார்கள்.

ஒரு மருத்துவப் பத்திரிக்கையில் வெளிவந்திருந்த இந்தக் கருத்து எனக்கு மிகவும் பிடித்திருந்தது.

''நாம் இந்த உலகில் நுழையும்போது தலைமுதலாக வருகிறோம். போகும்போது கால்முதலாகப் போகிறோம். நடுவில் இருப்பதெல்லாம் வெறும் சமனம்தான்.''

அழுத்தத்தைச் சமாளிப்பது

நீங்கள் மிகவும் பாரமாக உணரும்போது இந்த 5 விஷயங்களைச் செய்து பாருங்கள்.

1. ஒரு நேரத்தில் ஒன்றைச் செய்வதில் கவனத்தைச் செலுத்துங்கள்.
2. பலனைப் பற்றிக் கவலைப்படாமல் உங்களால் முடிந்தவரை சிறப்பாகச் செய்யுங்கள்.
3. உங்கள் சக்திக்கு அப்பாற்பட்ட விஷயங்களுக்காக எரிச்சலடையாதீர்கள்.
4. அழுத்தத்தின் மூலகாரணத்தைக் கண்டுபிடியுங்கள்.
5. ஒவ்வொரு பிரச்சினையையும் உடனடியாகச் சந்தியுங்கள்.

மன அழுத்தத்தின் உண்மையான காரணத்தை அறியும்போது நீங்கள் அதைத் தீர்ப்பதற்கான பாதையில் செல்கிறீர்கள்.

75

நான் சத்தான உணவுப்பழக்கத்தை மேற்கொள்வேன்

சன் டி எகோவில் இருக்கும் ஓர் உணவுத்திட்ட அமைப்பாளர் தமது நோயாளிகளின் உணவுத்திட்டத்தில் ஒரு புரட்சியைக் கொண்டு வர முடிவு செய்தார். நோயாளியின் முதல் வருகையின் போது அவரது எடையை அளந்து எடுத்து விட்டு அவரிடம் இரண்டு வார கால அட்டவணை ஒன்றைத் தருவார். நோயாளியிடம் ''நீங்கள் சாப்பிடும் ஒவ்வொரு கவளம் உணவையும் அளவு உட்பட எழுதி வைக்க வேண்டும்'' என்று கூறுவார்.

இரண்டு வாரங்கள் கழித்து இரண்டாம் வருகையின் போது,ஒரு சராசரி நோயாளி ஏற்கெனவே எட்டிலிருந்து பத்து பௌண்டுகள் குறைந்திருப்பார். நல்ல உணவுப்பழக்கத்தையும் மேற்கொள்ளத் தொடங்கியிருப்பார். ''ஒரு பிரச்சினையைத் தீர்ப்பதற்கு அதை முதலில் புரிந்து கொள்வதுதான் வழி'' என்று அறிவுரை கூறுகிறார்.

உணவு செய்யும் உபத்திரவங்கள்

'ஃபுட் ஸ்மார்ட்' புத்தகத்தின் ஆசிரியரான ஷருல் டவுன்ஸ்லியுடன் நானும் என் மனைவியும் உணவருந்தினோம். அவர் தனது புத்தகத்தில் ''வருடத்துக்கு 20 லட்சம் பேர் பல்வேறு காரணங்களால் உயிரிழக்கிறார்கள். அந்தக் காரணங்களில் உணவு முறை 65% பங்கு வகிக்கிறது'' அவர் மேலும் சொல்கிறார், ''நீங்கள் அந்தப் பட்டியலிலிருந்து

தற்கொலைகளையும், விபத்துக்களையும் நீக்கி விட்டால் உணவு முறை காரணமான மரணங்கள் 80%க்கு எகிறும்.''

நான் உங்களிடம் ஆரோக்கியமான, சத்தான உணவைப் பரிந்துரைக்க வேண்டினால், நீங்கள் உணவு வல்லுனர்கள் காலங்காலமாக சொல்லிக் கொண்டு வரும் ''நிறைய பழங்கள், கறிகாய்கள், முழு தானியங்கள் ஆகியவற்றைச் சாப்பிடுங்கள். சர்க்கரையையும் கொழுப்பையும் குறைவாக உட்கொள்ளுங்கள்'' என்று கூறக்கூடும்.

உங்களுக்கு ஏற்கனவே விடைகள் தெரிந்திருப்பதால், பின் எதற்காகக் காத்திருக்கிறீர்கள்?

76

நான் என் உடலை வலுவாகவும், ஆரோக்கியமாகவும், அளவாகவும் வைத்துக் கொள்ள வாக்களிக்கிறேன்

உலகிலேயே சிறந்த லட்சியங்கள் உங்களிடம் இருக்கலாம். ஆனால் அவற்றைச் சாதிக்கும் வலிமை உங்களிடம் இல்லையென்றால் அவற்றால் என்ன பயன்?

சிகாகோவுக்கு அருகிலுள்ள வில்லோ க்ரீக் கம்யூனிடி தேவாலயத்தின் புகழ்பெற்ற பாதிரியார் பில் ஹைபெல்ஸ் விளக்குகிறார். ''இந்தக் காலத்தில் நிறைய பேர் சுலபமாகக் களைத்துப் போய்விடுகிறார்கள். அடுத்தவர்களை நேசிப்பதில் உங்கள் உடல்நிலை எவ்வளவு பங்கு வகிக்கிறது என்பது பல பேருக்குத் தெரிவதில்லை. காது கொடுத்துக் கேட்பதற்கும்,

சேவை செய்ய முன்வருவதற்கும், எதிர்த்து நிற்கவும், சண்டை போடவும் தெம்பு தேவைப்படுகிறது என்று பலர் உணர்வதில்லை.''

ஹைபெல்ஸைப் பொறுத்தவரை, ''உடல்ரீதியாக நல்ல வடிவத்தை பராமரிக்காதவர்கள் சுலபமாக எரிச்சலடைவார்கள். குற்றம் கண்டுபிடிப்பார்கள், சமாதானம் சொல்வார்கள், எதையும் எதிர்மறையாகவே பார்ப்பார்கள். அவர்களுக்கும் மற்றவர்களை நேசிப்பது கடினம், மற்றவர்களுக்கும் அவர்களை நேசிப்பது கடினம்.''

எல்லாருக்கும் உடற்பயிற்சியினால் ஏற்படும் நன்மைகள் தெரியும். ஆனால் நிறையபேர் அதனைத் தவறான இடங்களில் நாடுகிறார்கள். ஒய்.எம்.சி.ஏ. அறிவிப்புப் பலகையில் கண்ட தகவல், ''சிலர் செய்யும் உடற்பயிற்சிகள் இவை மட்டுமே. யோசிக்காமல் முடிவில் 'குதிப்பது' நண்பர்களை 'ஓட்டுவது' பொறுப்புகளை தவிர்த்து 'தள்ளுவது' மற்றும் அதிர்ஷ்டத்தை முன்னே தள்ளுவது.''

பதினைந்து நிமிட அர்ப்பணிப்பு

உங்கள் நீண்ட ஆயுட்காலத்திற்கு ஒரு சிறிய முடிவு, செயல் படுத்தப்பட்டால், மிக வியப்பூட்டும் உதவிகளைச் செய்யும். ஒவ்வொரு நாளும் உடற்பயிற்சிக்கென பதினைந்து நிமிடங்கள் செலவழிப்பதென உறுதியெடுத்துக் கொள்ளுங்கள். உங்கள் பயிற்சி நடையாகவோ, சீரான ஓட்டமோ, தொலைக்காட்சி விளம்பரத்தைப் பார்த்து விட்டு கணத்தில் முடிவெடுத்து நீங்கள் வாங்கிய உடற்பயிற்சி எந்திரமோ எதுவாகவும் இருக்கலாம். சாத்தியப்பட்டால் ஒரு உடற்பயிற்சி நிபுணரிடமிருந்து ஆலோசனை பெறுங்கள். சித்திரமும் கைப்பழக்கம் என்பார்கள். ஆனால் ஒரு டென்னிஸ் வீரர் தவறாகப் பந்தடிப்பைப் பயின்றால், அந்தப் பயிற்சியால் அவருக்கு நஷ்டம்தான்.

அடிப்படை உடற்பயிற்சிகளான தண்டால் போன்றவை கூடத் தவறாகப் பயிலப்பட்டால் நன்மைக்குப் பதில் தீமையே செய்யும்.

ஒரு நவீன தொழில்நுட்ப நிறுவனத்தின் உடற்பயிற்சி வல்லுனர் ஒருவர் கூறினார். ''உங்கள் உடற்பயிற்சித் திட்டம் எதுவானாலும், அது உங்கள் இதயம் மற்றும் நுரையீரலை வலுப்படுத்துவதாகவும், தசைகளை வளர்ப்பதாகவும், உங்கள் வளையும் திறனை மேம்படுத்துவதாகவும், எடை உயர விகிதத்தைக் காப்பதாகவும் இருக்க வேண்டும்.''

இதைவிட நல்ல அறிவுரை இருக்க முடியுமா? உடனே தொடங்குங்கள்!

77

தினமும் என்னைப் புதுப்பித்துக் கொள்ளத் திட்டம் தீட்டுவேன்

போர்க்கைதிகள் எப்படிச் சிறைவாசத்தின்போது தங்கள் உயிர்ப்பையும் நம்பிக்கையையும் காத்துக் கொண்டார்கள் என்பதை விடுதலைக்குப் பிறகுத் தங்கள் அனுபவங்களை எழுத்தாளர் டெனிஸ் வெயிட்லியுடன் பகிர்ந்து கொண்டனர்.

அவர் தனது புத்தகத்தில் விமானப் படை அதிகாரி ஜார்ஜ் ஹாலைப் பற்றி கூறுகிறார். ''ஜார்ஜ் ஹால் தான் வடக்கு வியட்னாமில் ஏழு ஆண்டுகள் இருந்தபோது, தினமும் மனத்தால் ஒரு சுற்று கோல்ஃப் பயிற்சி செய்வாராம். அந்தப்

பயிற்சிகள் அவர் நிஜ கோல்ஃப் ஆட்டத்திற்குத் திரும்பியபோது கை கொடுத்தன. ஏழு ஆண்டுகள் கோல்ஃப் ஆடாமல் இருந்து விட்டு, விடுதலைக்குப் பின் அவர் ஒரே மாதத்தில் மீண்டும் பழைய திறன் மிக்க நிலைக்குத் திரும்பி விட்டார். ப்ரொ-ஆம் முதல் சுற்றுகளிலிருந்து, 1,25,000 டாலர் மதிப்புள்ள நியு ஆர்லியன்ஸ் ஓபன் வரை எல்லாவற்றிலும் தனது வியப்பூட்டும் ஆட்டத்தைத் தொடர்ந்தார்.''

உங்கள் ரகசியம் என்ன?

ஒரு நாளை எதிர்கொள்ள நீங்கள் எப்படித் தயாரா கிறீர்கள்?

நான் சுய உந்துதல் கருத்தரங்கு ஒன்றை நடத்தியபோது, பார்வையாளர்களிடம் அவர்கள் தங்களை அன்றாடம் எப்படிப் புதுப்பித்துக் கொள்கிறார்கள் என்று கேட்டேன்.

வந்த பதில்களில் சில :

- ''செய்தித்தாள் படிப்பதை மதியம் வரை தவிர்த்து விடுவேன். ஏனெனில், அதில் எதிர்மறைச் செய்திகள் அதிகம் வருகின்றன.''
- ''நான் தோத்திரப்பாவிலிருந்தும், பழமொழிகளி லிருந்தும், மன உற்சாகத்துக்காக உறுதிப்பாடுகளைப் படிப்பேன்.''
- ''என் மனம் எழுச்சி அடைய வேண்டி இருக்கும்போது என் வாழ்வின் சிறந்த கணங்களை நினைவு கூர்வேன்.''
- ''நான் படுக்கைக்குப் போகும்போது என் கவலை களையும் தூங்க வைத்து விடுவேன்.''

உந்துதல் என்னும் சொல்லே உந்து என்னும் சொல்லை அடிப்படையாகக் கொண்டது. அதன் பொருள் தன்னிலிருந்து வெளியே செலுத்துவது. எனவே எல்லாமே தன்னிலிருந்துதான் தொடங்குகிறது.

மந்த நிலை இனி இல்லை

உங்கள் உயிர்ப்புச் சக்தியை இளமையாக்க முயற்சி எதுவும் இல்லாதபோதுதான் வாழ்வில் மந்த நிலை தோன்றுகிறது. நீங்கள் மந்தமாக இருக்கிறீர்கள் என்றால் திறமை குறைகிறது; ஆர்வம் கீழிறங்குகிறது என்று பொருள்.

காலை படுக்கையை விட்டு எழுவதற்கு முன்போ, நீராடும்போதோ, அலுவலகத்துக்குச் செல்லும்போதோ, உணவு இடைவேளையின்போதோ, இரவு உணவுக்குப்பின் நடக்கும்போதோ அல்லது மாலை வேளையில் சாய்வு நாற்காலியில் சாய்ந்து கொண்டு ஓய்வெடுக்கும்போதோ - உங்களை நீங்களே புதுப்பித்துக் கொள்ளவும், மனத்தை இளமையாக்கவும் எந்த நேரமும் நல்ல நேரம்தான்.

நேற்றைய பிரச்சினைகளை மறந்து விடுங்கள். நடந்தது நடந்து விட்டது, அதனால் நான் இன்னும் நல்லவனாகவும் வல்லவனாகவும் ஆனேன் என்று எண்ணிக் கொள்ளுங்கள்.

உங்களுக்கு ஒரு புதிய நாள் கொடுக்கப் பட்டிருப்பதே நீங்கள் ஒரு புதிய மனிதராக முடியும் என்பதால்தான். வாய்ப்பைப் பயன்படுத்திக் கொள்ளுங்கள்.

78

நான் எனது கனவை ஒருபோதும் விட்டுக் கொடுக்க மாட்டேன்

அட்லான்டாவில் நான் ஒரு கூட்டத்தில் கையெழுத்துப் போட்டுக் கொடுத்துக் கொண்டிருந்தபோது ஓர் இளைஞர் கையெழுத்துப் பெற்றுக் கொண்டு என்னிடம் ''உங்கள் கனவுகள் யாவும் நிறைவேறுவதைப் பார்க்கும்வரை நீங்கள் வாழ வேண்டுமென்று விரும்புகிறேன்'' என்றார்.

நான் புன்முறுவலித்து விட்டுப் பதில் கூறினேன், ''தங்கள் வாழ்த்துக்கு நன்றி, என் கனவுகள் அத்தனையும் நிறைவேறி விட்டால் நான் இறந்துவிடக் கூடும், எனக்குக் கனவுகள் இருப்பதால்தான் உயிரோடு இருக்கிறேன்.''

அவன் விட்டுவிட மாட்டான்

சாதனைக்குக் கனவுகள் மட்டும் போதாது. அதற்கு விடாமுயற்சியும் வேண்டும்.

ஓர் உணவகத்தின் தலைவர் தன்னால் வேலையிலிருந்து நீக்கப் பட்ட ஓர் இளம் பணியாளர், மீண்டும் வேலைக்கு வந்திருப்பதைக் கண்டார். ''உனக்கு என் கடிதம் கிடைக்க வில்லையா?'' என்று கேட்டார்.

அவன் உடனே பணிவாக, ''கிடைத்தது, ஐயா, அதன் உள்ளே நீ வேலையிலிருந்து நீக்கப்பட்டிருக்கிறாய் என்று இருந்தது. ஐந்து நாட்களுக்குள் திரும்ப வேண்டும் என்று அட்டையில் எழுதியிருந்தது. அதனால்தான் திரும்பி வந்துவிட்டேன்'' என்றான். இதுவே விடா முயற்சியாகும்.

ஆங்கிலேயேப் புத்தாய்வாளர் கேப்டன் ஜேம்ஸ் குக் மாபெரும் தடங்கல்களை சந்தித்தாலும் தன் கப்பல் பயணத்தை தொடர்ந்தார். அவர் சொன்னது, ''என் பேராவல் இதுவரை எந்த மனிதனும் சென்ற இடத்தைத் தாண்டிப் போவது மட்டுமல்ல, ஒரு மனிதனால் எவ்வளவு தூரம் செல்ல முடியுமோ அங்கே செல்ல வேண்டும் என்பதே!''

விழிமின்!

உங்கள் கனவுகளை நனவாக்க நீங்கள் முதலில் என்ன செய்வீர்கள் என்று ஒரு மழலையர் பள்ளி ஆசிரியை தன் மாணவர்களிடம் கேட்டார்.

ஒரு குட்டிப்பையன் கையைத் தூக்கினான். பிறகு சொன்னான், ''விழித்துக் கொள்வேன்.''

அவன் சரியாகத்தான் சொல்லியிருக்கிறான்.

தன் சிவந்த கூந்தல் அசைய ''கதிரவன் நாளை கண்டிப்பாக வருவான்'', என்று பாடும் சிறுமி ஆனியின் நம்பிக்கையும் நலம்சார் உணர்வும் நமக்கும் இருக்க வேண்டும்.

கதிரவன் வர இன்னும் ஒரு நாள்தானே இருக்கிறது.

ஒன்றை நன்றாக நினைவில் வைத்துக் கொள்ளுங்கள். நீங்கள் எதற்குக் குறி வைத்தீர்கள் என்று மற்றவர்கள் பார்ப்பதில்லை. எதை அடித்தீர்கள் என்றுதான் பார்க்கிறார்கள்.

IV

என் உலகத்துக்கு நான் அளிக்கும் வாக்குறுதிகள்

79

நான் எனது நாட்டை மதித்துக் காப்பேன்

இறைவன் உலகம் தோன்ற ஆணையிட்டார். உலகம் தோன்றியது. பிரபஞ்சத்தை ஒழுங்கில் நிலைநிறுத்தினார். பிறகு அதில் தனது ஆணைக்குட்பட்டவர்களாக மக்களை உண்டாக்கினார். அதில் வாழும் மக்களைத் தன் ஆணைக்கு உட்படுத்தினார்.

எகிப்தில் தன் மக்களை அடிமைத் தளையிலிருந்து மீட்டதும், சினாய் மலையில் அவர்களை அவர் ஒரு தேசத்தைச் சேர்ந்தவர்களாக நெறிப்படுத்தினார். அவர்களைத் தன்னை வழிபடும் மக்களாக ஆக்கித் தாமே அவர்களது அரசராகவும் ஆனார். அந்த அரசில் நிர்வாகம், நீதிபரிபாலனம்,சேனைவகுப்பு போன்ற பல பொறுப்புக்கள் இருந்தன.

ஒத்துழைக்க உறுதி

இன்றைக்கு நாம் நாடாள்வோருக்குக் கட்டுப்பட்டிருந்தாலும், எப்போதும் இறைவனின் ஆணைக்குக் கீழ்ப்பட்டவர்களாகவே உணர்கிறோம். நமது முதல் குடியரசுத் தலைவரான ஜார்ஜ் வாஷிங்க்டன், ''இறைவனும், வேதாகமமும் இன்றி உலகத்தை சரியான முறையில் ஆள முடியாது'' என்று கூறியுள்ளார்.

குடியரசுத் தலைவரும் மற்ற அரசு ஊழியர்களும் பதவிப் பிரமாணம் எடுத்துக் கொள்ளும்போது தங்கள்

வலக்கையை பைபிளின் மீது வைத்து இறைவனுக்கும் தமது நாட்டுக்கும் ஒருங்கே தங்கள் விசுவாசத்தை பிரகடனப்படுத்திக் கொள்கிறார்கள்.

என் பள்ளி வாழ்க்கையில் ஒவ்வொரு நாளும் இதயத்தின் மீது கைவைத்து, ''எல்லோருக்கும் விடுதலை மற்றும் நீதிக்காக, கடவுளின் கீழே, பிரிக்க முடியாத ஒரே தேசமாக விளங்கும் அமெரிக்கக் குடியரசுக்கும், அதன் சின்னமான அமெரிக்கக் கொடிக்கும் எனது விசுவாசத்தை உறுதியளிக்கிறேன்'' என்று சூளுரைத்தது எனக்கு இன்னமும் நினைவில் உள்ளது.

நியமனம்

எழுத்தாளரும் முன்னாள் அரசு அதிகாரியுமான சார்லஸ் கால்சன், நமது வாழ்வில் சட்டத்தின் இன்றியமையாத பங்கை எடுத்துரைக்கிறார். அவர் கூறுவது, ''அரசாங்கம் குற்றங்களே நடைபெறாமல் இருக்கத் தடுப்பு அல்ல, குற்றங்களைக் கட்டுக்குள் வைப்பதற்கான வழி மட்டுமே.'' நீங்கள் உங்கள் நாட்டை மதிக்கவும் பாதுகாக்கவும் உறுதி பூண்டால் கடவுளின் கட்டளையை நிறைவேற்றியவர்களாவீர்கள்.

80

நமது நாட்டின் தலைவர்களுக்காகப் பிரார்த்தனை செய்வேன்

ஜனவரி 1961ல் குடியரசுத் தலைவராகப் பொறுப்பேற்றுக் கொண்டவுடன் ஜான். எஃப். கென்னடி தன் நாட்டு மக்களிடம் ஒரு சவாலான விஷயத்தை சொன்னார்.

"நாடு உனக்கு என்ன செய்யும் என்று கேட்காதே! நீ நாட்டுக்கு என்ன செய்ய முடியும் என்று உன்னை நீயே கேட்டுக் கொள்."

நம் தொழிலும் அந்தஸ்தும் எதுவாக இருந்தாலும் நாமனை வரும் செய்யக் கூடியது ஒன்று இருக்கிறது.நாம் அனைவரும் பிரார்த்திக்க முடியும். தனித்தனியாகவோ அல்லது கூட்டாகவோ, நாம் நமது குடியரசுத் தலைவர், பாராளுமன்றம் மற்றும் உச்ச நீதிமன்ற நீதிபதிகள் ஆகியோருக்காகப் பிரார்த்திக்கலாம்.

பரிந்துரைப்பின் பாதை

பிரார்த்தனை பல வடிவங்கள் எடுக்கிறது. இறைவனோடு ஒன்றுதல், இறைவனிடம் நமது குறைகளை முறையிடுதல், அல்லது மற்றவர்க்காக பரிந்துரைத்துப் பிரார்த்திக்கலாம்.

'நோ ஈஸி ரோட்' புத்தகத்தின் ஆசிரியர் டிக் ஈஸ்ட்மன் கூறுகிறார். நம்மோடு வாழ்பவர்களை வருத்தும் லட்சக் கணக்கான துன்பங்களோடு நமது பரிந்துரை போராடுகிறது. அடுத்தவருக்காக நாம் செய்யும் பரிந்துரையில் சுயத்துக்குச் சிறிதளவும் இடமில்லை. அதில் மனித குலத்தின் பாரங்களுக்குத் தான் இடமிருக்கிறது. உண்மையில் பிரார்த்தனையின் உச்ச கட்டமே பரிந்துரைதான்.

நம் நாட்டை ஆள்பவர்களுக்காக நாம் எத்தகைய பிரார்த்தனையை இறைவன் முன் வைக்க வேண்டும்?

- அறிவுக்காகப் பிரார்த்தியுங்கள் - அவர்கள் ஊடுருவிச் சென்று நாட்டுக்கு எது நலம் என்று காண்பதற்காக.
- வழிகாட்டுதலுக்காகப் பிரார்த்தியுங்கள் - அவர்கள் கடவுளின் ஆணையை சரிவர நிறைவேற்றுவதற்காக.
- துணை நிற்றலுக்காகப் பிரார்த்தியுங்கள் - அவர்களுக்காக இறைவனின் பாதுகாப்பு கிடைக்க.

- *மன அமைதிக்காகப் பிரார்த்தியுங்கள் - அவர்கள் சமாதானத்தையும், ஒத்துழைப்பையும் வளர்ப் பதற்காக.*

81

சட்டத்தை அதன் உயிர்ப்போடு உள்ளபடியே பாதுகாப்பேன்

பலபேர் சட்டத்தைத் தமது இஷ்டம் போல் வளைத்துக் கொள்ளலாம் என்று நினைக்கிறார்கள். ஒரு மரக்கடையில் வேலை செய்தவர் தமது வீட்டைக் கட்டிக்கொள்ளத் தேவையான அத்தனை மரச் சாமான்களையும் கடையிலிருந்து இரண்டாண்டுகளில் சிறுகச் சிறுகத் திருடியதற்காகக் கைது செய்யப்பட்டார். விசாரணையின்போது, அவர் சொன்னது ''நான் கேட்ட ஊதிய உயர்வு கொடுக்கவில்லை. அதனால் எனக்குச் சேர வேண்டியது என்று நான் எண்ணியதை மட்டுமே எடுத்துக் கொண்டேன்.''

டெக்ஸாஸில் ஒரு சாலைப் பாதுகாப்பு அதிகாரி அதிக வேகத்தில் சென்றதற்காகத் தாம் நிறுத்தியவர்கள் கூறிய சமாதானங்களைச் சொன்னார். ஒருவரை அதிக வேகத்திற்காக அருகிலுள்ள பெட்ரோல் நிரப்பும் மையம் வரைத் துரத்திப் பிடிக்க வேண்டியதாகி விட்டது. அதிவேகமாக ஓட்டியவர் வண்டியை விட்டு வெளியே குதித்து கழிவறையை நோக்கி, ''ஐயோ, தாங்க முடியல'' என்று அவசரமாக ஓடினார்.

உடனடித் தீர்ப்பு

சரியா, தவறா என்ற கேள்வி வரும்போது சூழ்நிலை மட்டுமே அதைத் தீர்மானிப்பதில்லை. நமது உள்ளாழத்தில்

நமக்கே நமது செயல் நியாயமானதா, இல்லையா என்று தெரியும். ஏமாற்றுக்கான விலையை நாம் நினைப்பதை விடச் சீக்கிரமாகவே கொடுக்க வேண்டியிருக்கிறது.

ரொம்ப காலமாகவே மக்கள் தங்கள் பொறுப்புக்களை தவிர்ப்பதற்கும், குறைகளை திசை திருப்புவதற்கும் முயற்சி செய்துள்ளனர். ரோனால்ட் ரீகனின் நம்பிக்கை: ''ஒவ்வெரு முறையும் சட்டம் மீறப்படும்போது சட்டத்தை மீறியவரைவிட, சமுதாயமே குற்றமுடையது என்ற கருத்தை நாம் நிராகரிக்க வேண்டும். ஒவ்வொரு தனிமனிதனும் தன் செயலுக்கு பொறுப்பு என்ற அமெரிக்க விதியை கொண்டு வரவேண்டிய நேரம் இது.''

மீண்டும் அடிப்படைக்கு

இதுவரை மனித குலத்தில் நாற்பது லட்சத்திற்கு மேல் சட்டங்கள் இயற்றப் பட்டிருக்கின்றன. ஆனால் பத்துக் கட்டளைகளை விடச் சிறந்த சட்டம் ஒன்று இதுவரை இயற்றப் படவில்லை. உண்மையில் வேதாகமத்தில் சட்டத்தின் அடிப்படைக் கூறுகள் உள்ளன. அவை

- எல்லாக் குற்றங்களும் இறுதியாக இறைவனுக்கு எதிரானவை.
- நமது நடவடிக்கைகளுக்கு நாமே பொறுப்பு.
- மனித உயிர் மதிக்கப்பட வேண்டியது.
- குற்றமும் தண்டனையும் சம அளவில் இருக்க வேண்டும்.
- உலகளாவிய நியதி ஒன்று இருக்கிறது.

தியோடோர் ரூஸ்வெல்ட் எழுதினார். ''சட்டத்துக்கு மேற்பட்டவரோ கீழ்ப்பட்டவரோ கிடையாது. சட்டத்தை மதிக்கச் சொல்லும்போது எவரிடமிருந்தும் அனுமதி பெறத் தேவையில்லை.''

சட்டத்தை அதன் உயிர்ப்போடு உள்ளது உள்ளபடியே கடைப்பிடிக்க உறுதியெடுத்துக் கொள்ளுங்கள்.

82

ஒரு வலிமையான சமுதாயத்தை உருவாக்க உதவுவேன்

ஒரு நகரமோ குடியிருப்போ வழங்கும் வாழ்க்கைத்தரம் திடீரென்று ஏற்பட்டதல்ல. அதன் பின்னே, தெருவில் கிடக்கும் குப்பையைப் பொறுக்கிக் குப்பைத்தொட்டியில் போடுபவரிலிருந்து பள்ளிக் குழு உறுப்பினர்கள் வரை ஆயிரக்கணக்கானோரின் உழைப்பு இருக்கிறது.

மாற்றத்துக்கான நேரம்

அமெரிக்காவின் மிகப் பெரிய சமூக நலப் பணித்திட்டம் ஒரு சோகக்கதையாக முடிந்து விட்டது என்றார் ஒரு சமூக ஆர்வலர்.

''பயனாளிகள் சார்ந்திருக்கும் நிலையில் இருக்க வேண்டியிருக்கிறது. தேவையானோருக்கு உதவி செய்யும் வாய்ப்பு லட்சக்கணக்கானோருக்கு மறுக்கப் படுகிறது.''

அழிவின் விளிம்பில் இருப்பவர்களைக் காப்பதிலும், மரணத் தறுவாயில் இருப்பவர்களை ஆதரவோடு பராமரிப்பதிலும் தேவாலயங்கள், உள்ளூர் மையங்கள், தனி மனிதர்கள் இவர்களெல்லாம் தங்கள் பங்கை மீண்டும் செய்ய முன்வர வேண்டும் என்ற குரல் வலுத்து வருகிறது.

புனிதர் அகஸ்டின் கேட்டார், ''அன்பு பார்ப்பதற்கு எப்படி இருக்கும்?'' பிறகு அவரே விளக்கமளித்தார். ''அதற்கு உதவி செய்யும் கைகள் இருக்கின்றன; உதவி தேவைப்படுவோரிடம் விரைந்து செல்லக் கால்கள் இருக்கின்றன; துயரத்தையும் தேவையையும் காணக் கண்கள் இருக்கின்றன; மக்களின் சோகங்களையும் பெருமூச்சையும் கேட்கக் காதுகள் இருக்கின்றன. இப்படித்தான் அன்பு தோற்றமளிக்கும்.''

ஒவ்வொரு சமுதாயத்துக்கும் தொடர்ந்த புதுப்பித்தல் தேவைப்படுகிறது. அன்னை தெரசாவின் மொழிகளில், ''விளக்கு தொடர்ந்து எரிய வேண்டுமானால் தொடர்ந்து எண்ணையிட வேண்டும்.''

அளவுகோல்

நகர வட்டாட்சியர் ஒருமுறை கேட்டார், ''நீங்கள் உங்கள் சமுதாயத்துக்காக சென்ற ஆண்டு எத்தனை மணி நேரம் செலவழித்தீர்கள்? ஒன்றா, பத்தா, நூறா?'' பிறகு சொன்னார், ''எங்களுக்கு நீங்கள் கட்டும் வரிகள் மட்டும் போதாது; உங்கள் திறமைகளும் மிக மிகத் தேவைப்படுகிறது.''

என் வாழ்வில் மிகமிகப் பயனுள்ள கணங்களாக, நான் தன்னார்வத் தொண்டு மையங்களிலும், உலகளாவிய ரோட்டரி சங்கத்திலும், சிறுவர் முன்னேற்றத்திலும், சேர்ந்து செல்லும் பாதையிலும் வாலன்டரி ஆக்ஷன் சென்டெர், ரோட்டரி இன்டர்னேஷனல், ஜூனியர் அச்சீவ்மென்ட், யுனைடட் வே ஆகியவற்றிற்காக செலவிட்ட நேரத்தையே கருதுகிறேன்.

ஒரு சமுதாயத்தின் உண்மையான மதிப்பு அதன் அலுவலகக் கட்டிடங்களின் எண்ணிக்கையிலோ, தார்ச்சாலைகளின் நீளத்திலோ, நிறுவனங்களின் அளவிலோ இல்லை. அது நாம் நமது அக்கம்பக்கத்தாருக்காகச் செய்யும் உதவியாலும், செலவழிக்கும் நேரத்தாலும்தான் அளக்கப்படுகிறது.

83

நான் அடுத்தவர்களின் தேவையை உணருவேன்

பல காலத்துக்கு முன்பு ஒரு வறண்ட பாலைவனத்தில் அலைந்து திரிந்து கொண்டிருந்த ஒருவனுக்கு ஒரு குளிர்ந்த தெள்ளிய நீரூற்று கண்ணுக்குப் புலப்பட்டது. அந்தத் தண்ணீரின் சுவை மிகவும் புத்துணர்ச்சியூட்டுவதாக இருந்ததால், மன்னனுக்குக் கொஞ்சம் நீரைக் கொண்டு செல்ல முடிவு செய்தான். தனது தோல்பையில் தண்ணீரை நிரப்பிக் கொண்டு, கடும்பாலையின் வழியே நீண்ட தூரம் நடந்து சென்று முடிவில் அரண்மனையை அடைந்தான். ஆனால் பயணத்தின் போது, தோல்பை பழையதாக இருந்ததால் தண்ணீர் கெட்டுப்போய் விட்டது.

மன்னன் இந்த விசுவாசமான குடிமகனுடைய பரிசை இன்முகத்தோடு ஏற்றுக் கொண்டான். தண்ணீரை ரசித்து அனுபவித்துக் குடித்தான். வழிப்போக்கனும் மனம் நிறைந்து திரும்பினான்.

அவன் போன பின் சபையோரில் பலர், அந்தக் கெட்டுப்போன தண்ணீரைச் சிறிதளவு சுவை பார்த்து விட்டு, மன்னனைக் கேட்டார்கள், ''நீங்கள் அதை ரசித்தது போல ஏன் நடித்தீர்கள்?''

மன்னன், ''ஆஹா, நான் சுவைத்தது நீரையல்ல அதை அளித்த மனத்தைத்தான்'' என்றான்.

நீங்கள் அடுத்தவரின் உடல், உணர்வு, ஆன்மத் தேவைகளை உண்மையாக உணர்கிறீர்களா? மற்றவர்கள் துன்புறும்போது

உங்களால் உண்மையாக உணர முடிகிறதா? அல்லது கவனிக்கக் கூட முடியாத அளவு உங்களுக்குள்ளேயே மூழ்கிக் கிடக்கிறீர்களா?

மினசோட்டாவைச் சேர்ந்த பத்திரிக்கையாளர் நிக் கோல்மன் சொல்கிறார், ''எங்கோ நமது ஆழத்தில் திங்கள்கிழமை இரவு கால்பந்தாட்டத்தை விடவும், ஸ்டாக் கார் பந்தயத்தை விடவும், விஸ்கியை விடவும் உயர்ந்த ஒன்று இருக்கிறது என்று நம்பத்தான் வேண்டியிருக்கிறது.''

ஏதோ பெரிய ஒன்று இருக்கத்தான் செய்கிறது. துயரத்தில் இருப்பவர்களுக்கு உங்கள் இதயத்தை நீங்கள் திறக்கலாம்.

சிறந்த பணயம்

அர்கான்ஸாஸில் பந்தய மைதானத்தில் கதவு திறந்து விடுபவராகப் பணியாற்றும் ஒருவர் தனது வாழ்நாள் சேமிப்பான ஏழாயிரம் டாலர்களையும் தனது மைத்துனன் கல்லூரிப் படிப்புக்காகத் துடைத்துக் கொடுத்து விட்டார். அவரிடம் மற்றவர்கள் கேட்டார்கள் ''இப்படிக் கொடுப்பது உனக்குக் கட்டுப்படியாகுமா?''

அவர் சிரித்துக் கொண்டே, ''தினமும், ஆயிரக்கணக் கானவர்கள் குதிரைகளின் மீது பணயம் வைத்துத் தங்கள் உடைமைகள் அத்தனையையும் இழப்பதைப் பார்த்திருக்கிறேன். மனிதன் மீது பணயம் வைத்தால் ஜெயிக்கலாம் என்றுதான் எனக்குத் தோன்றுகிறது.''

நீங்கள் என்ன முதலீடு செய்யப் போகிறீர்கள்?

84

துன்புறுவோருக்கு உதவிக்கரம் நீட்டுவேன்

பில் வில்ஸனுக்கு 14 வயதாக இருக்கும்போது, அவனும், அவனது நொடிந்து போன தாயாரும் ப்ளோரிடா மாகாணம், பீடர்ஸ்பர்கில் ஒரு சாக்கடையின் மேற்சுவரில் உட்கார்ந்து கொண்டார்கள். 'நீ இங்கேயே இரு' என்று சொல்லிவிட்டு அவனது அம்மா போய்விட்டாள். பின் திரும்பவேயில்லை.

3 நாட்கள் கழித்து, பில் இன்னும் அதே இடத்தில் தான் உட்கார்ந்திருந்தான். தெருக்கோடியில் குடியிருந்த டேவ் ரூடெனிஸ், பில்லின் துயரத்தைப் பார்த்துவிட்டு அவனிடம் சென்றார். அவனுக்கு உணவு கொடுத்துவிட்டு அந்த வார இளைஞர் முகாமில் சேர்க்கை கட்டணம் கட்டி அவனை சேர்க்க முன்வந்தார். அந்த இளைஞனின் வாழ்வில் அது ஒரு மாபெரும் திருப்புமுனையாக அமைந்தது.

இன்றைக்கு பில் வில்ஸன் தன்னைப் போன்ற குழந்தைகளுக்கு உதவிக்கரம் நீட்டும் மெட்ரோ சர்ச் என்னும் அமைப்பை ப்ரூக்லினில் உள்ள போதைக்கும் போராட்டத்துக்கும் பெயர் போன புஷ்விக்கில் நிறுவியுள்ளார். அதன் மூலம் வாராவாரம் 11000க்கும் மேற்பட்ட குழந்தைகளுக்கு மேலாக உதவி பெறுகிறார்கள். அவரது உணர்ச்சி மிக்க கதையை அவருடைய 'இது யார் குழந்தை?' என்ற புத்தகத்தில் படிக்க முடியும்.

பில் ''அன்றைக்கு மட்டும் டேவ் என் தேவையை உணர்ந் திருக்காவிட்டால் என் நிலைமை என்னவாகி இருக்கும்

என்பதை எண்ணிப் பார்க்கக் கூட நான் விரும்பவில்லை.''

தண்டவாளத்தைக் கடந்து

புகழ்பெற்ற மன நல மருத்துவரான கார்ல் மெனிங்கெரிடம் ஒரு நிருபர் கேட்டார், ''மிகவும் மனமுடைந்த நிலையில் இருக்கும் ஒரு மனிதனுக்கு நீங்கள் என்ன அறிவுரை கூறுவீர்கள்?''

ஒரு மன நல மருத்துவரை உடனே அணுகவும் என்ற பதிலை எதிர்பார்த்த நிருபரிடம் மெனிங்கெர் கூறினார், ''வீட்டைப் பூட்டி விட்டுத் தண்டவாளங்களைத் தாண்டிக் கொண்டு போய் யாராவது தேவையுள்ளவர்களைக் கண்டுபிடித்து, உங்களாலான உதவியை அவருக்குச் செய்யுங்கள்.''

வறுமை மிகுந்த ஒரு பகுதியைக் காரில் கடந்து சென்ற ஒரு வங்கி உயர் அதிகாரி தன் அனுபவத்தைக் கூறுகிறார், ''இவர்களுக்கெல்லாம் யாராவது ஏதாவது செய்யக் கூடாதா?'' என்று நினைத்தேன். உடனே அந்த 'யாராவது' நான்தான் என்று உணர்ந்து கொண்டேன்.'' அவர் செய்த அதே முடிவை நாமும் செய்ய வேண்டியவர்களாகிறோம்.

'புனித யாத்திரீகனின் முன்னேற்ற'த்தில் ஜான் பன்யன் எழுதியிருப்பதைப், போல் ''தனது உடைமைகளை ஏழைகளுக்கு வழங்குபவன் அதே அளவும் அதைப் போல் பத்து மடங்கும் பெறுகிறான்.''

85

தகுதியான முயற்சிகளை ஆதரிப்பேன்

ஒரு மாபெரும் தேவையைச் சந்திப்பது ஒரு பெரிய போராட்டத்தை நடத்துவதற்கு ஒப்பாகும். போர் முனையில் முன்னணியில் துப்பாக்கியை ஏந்திக் கொண்டு நிற்கும் ஒவ்வொரு வீரனுக்குப் பின்னாலும் அவனை ஆதரிக்கின்ற பலர் வீட்டில் இருக்கிறார்கள்.

உங்கள் பணி சிறந்த பொறியாளராகவோ, பள்ளி ஆசிரியராவதோ, கணினி வரைகலை நிபுணராவதோ, தொழிலதிபராவதோ எதுவாகவும் இருக்கலாம். நீங்கள் திரைக்குப் பின் செய்யும் பணி ஒரு நோக்கம் முன்னே கொண்டு செல்லப்படவும், ஒரு புனிதப்போர் முன்னோக்கி அணிவகுக்கவும் உதவக் கூடும்.

சக்தி கொடு

பத்திரிக்கைகள் ஒரு பெரிய சமூக நல நிறுவனத்தின் தலைவரைக் கிழிகிழி என்று கிழித்துக் கொண்டிருந்தபோது பெரிய கொடையாளி ஒருவரிடம் கேட்டார்கள், ''இனிமேலும் நீங்கள் அந்நிறுவனத்துக்கு நிதி உதவி செய்வீர்களா?''

''நான் என் நிதி உதவியைத் திரும்பப் பெறுவதைப் பற்றி நினைத்துக் கூடப் பார்க்கவில்லை'' என்று அவர் பதில் கூறினார். ''நான் தொண்டு நிறுவனத்துக்குப் பணம் கொடுக்கவில்லை, நிறுவனத்தின் மூலமாகப் பணம் கொடுக்கிறேன்.''

மக்கள் வருவார்கள், போவார்கள். நிலைநாட்டப் பட்டிருக்கும் தகுதியான செயல் திட்டங்களையும், உயிர்காக்கும் திட்டங்களையும் பாதுகாக்கும் பொறுப்பும் கடமையும் நமக்கிருக்கிறது.

ஒரு பெருஞ்சுமையை இலகுவாக்குங்கள்; சக்தி கொடுப்போருக்கு சக்தி கொடுங்கள்.

V

என்னைப் படைத்த இறைவனுக்கு நான் தரும் வாக்குறுதிகள்

86

முக்கிய விஷயங்களுக்கு முன்னுரிமை தர வாக்களிக்கிறேன்

சிக்காகோவிலுள்ள மூடி தேவாலயத்தின் முன்னாள் பாதிரியார் எச். ஏ.ஐயன்சைட், ஒரு அமெரிக்க இந்தியன் தனது இனத்தைச் சேர்ந்தவர்களின் முன்னால் தான் மதம் மாறியதற்கு விளக்கமளித்த சம்பவத்தை நினைவு கூர்ந்தார்.

புதிதாக மதம் மாறிய அந்த அமெரிக்க இந்தியன் ஆரம்பத்தில் தனது ஆன்மீக திருப்பத்தினால் மிக்க மகிழ்ச்சி அடைந்தான். தான் இனி பாவமே புரியப் போவதில்லை என்றும் நினைத்தான். ஆனால் காலப்போக்கில் அவன் உள்மனப் போராட்டத்தை உணரத் தொடங்கினான். அவனுடைய சொற்களிலேயே,

> *"சகோதரர்களே! என் இதயத்தில் இரண்டு நாய்கள் சண்டையிடுவது போலத் தோன்றியது. ஒன்று, என்னுடைய நன்மையிலேயே எப்போதும் கருத்தாக இருந்த கருணையான நாய்; இன்னொன்று, நல்லது எதையும் அழிப்பதிலேயே குறியாக இருந்த அருவருப்பான தீய நாய்.இந்த இரண்டு நாய்களும் எப்போதும் தமக்குள் சண்டையிட்டுக் கொண்டிருந்ததால் எனக்கு மிகவும் சிரமம் ஏற்பட்டது."*

இன மக்களில் ஒருவன் சட்டென்று கேட்டான், "எது ஜெயிக்கிறது?"

மதம் மாறியவன் உடனே பதில் சொன்னான், ''நான் எதை எதிராளியை அழி என்று சொல்கிறேனோ அதுதான்.''

எது நம் வாழ்க்கையில் முதலிடம் பெறுகிறது? நாம் தேர்வு செய்வதுதான்.

போராடும் சக்திகள்

எந்த ஒரு குறிப்பிட்ட நிமிடத்திலும் , நண்பர்களிலிருந்து, எப்போதும் மழையாய்ப் பொழியும் ஊடகங்கள் வரை பல்வேறு சக்திகள் உங்கள் கவனத்தைக் கவரப் போராடி வருகின்றன.

குழப்பத்திலிருந்து ஒழுங்குக்கு வர ஒரே வழி, நமது முன்னுரிமை எதற்கு என்று நாம் முடிவு செய்வதுதான். இரண்டாம் கருத்துக்கு இடமின்றி, அந்த வரிசையில் இறைவன் முதலாவதாகவும், குடும்பம் இரண்டாவதாகவும் மற்ற அனைத்தும் அதன் பின்னும் வர வேண்டும்.

ஆஸ்வால்ட் சேம்பர்ஸ் சொல்கிறார், ''நாம் நம்மை மகிழ்விப்பதற்கு வாழ்வை அமைத்தால், அது மணலின் மீது கட்டிய வீடு; இறைவனை மகிழ்விக்கக் கட்டினால் ,அது கல்லின் மீது கட்டிய வீடாகும்.''

எனவே முக்கிய விஷயங்களுக்கே முன்னுரிமை.

87

எனது தேவாலயத்துக்கு உண்மையான உறுப்பினராக இருப்பேன்

அமெரிக்கக் குடியரசுத் தலைவர் பங்கேற்கும் வாஷிங்டன் தேவாலயத்தின் பாதிரியாருக்கு ஒரு நாள் காலை ஒரு தொலைபேசி அழைப்பு வந்தது. அதில் ஓர் ஆர்வமான குரல் கேட்டது, ''இந்த ஞாயிற்றுக்கிழமை குடியரசுத் தலைவர் தேவாலயத்துக்கு வருகிறாரா? சொல்ல முடியுமா?''

பாதிரியார் பதில் சொன்னார், ''அதை என்னால் உறுதியாகக் கூற முடியாது. ஆனால் நாம் இங்கே கடவுளின் பிரசன்னத்தை எதிர்பார்க்கிறோம். எனவே எல்லாரும் தவறாமல் வருவதற்கு அதுவே போதுமான காரணமாயிருக்கும் என்று நம்புகிறேன்.''

எத்தனை சமாதானங்கள்?

பல வழிபாட்டுத் தலங்களில் உறுப்பினர் எண்ணிக்கை இருக்கும் அளவுக்கு வருகையைத்தான் காணோம். சான் டியகோவிலுள்ள ஒரு சிறிய தேவாலயத்தின் பாதிரியார் தான் கேட்ட சில சமாதானங்களைக் கூறினார்.

- அங்கே தட்ப வெப்ப சீரமைப்பு சரியாக இயங்குவதில்லை. என் மூட்டுவலிக்கு ஒத்துக் கொள்ளவில்லை.
- திரு.ஸ்மித் அறங்காவலராக இருக்கும் வரை, நான் அவரோடு சேர்ந்து பிரார்த்தனையில் கலந்து கொள்ள விரும்பவில்லை. அந்த ஆள் ஒரு பொறுக்கி.

- எங்களுக்கு வேலை அதிகமாக இருக்கிறது. ஞாயிற்றுக் கிழமை ஒருநாள்தான் குடும்பத்தோடு சேர்ந்து இருக்க முடிகிறது.

நான் என்ன தரலாம்?

இறைவனின் பிரசன்னமும் தங்கள் வருகையும் இல்லா விட்டால் தேவாலயம் வெறும் கட்டிடம்தான். ஏ. டபிள்யு. டோசர் கூறுவதைப் போல, ''நன்கு கவனமாக ஆராய்ந்து ஒன்று சேர்க்கப்பட்ட நூறு மதச்சார்புடையவர்களால் என்ன பயன் விளையும்? இறந்த மனிதர்கள் பதினொரு பேரை வைத்துக் கொண்டு கால்பந்தாட முடியுமா? முதல் தேவை எப்போதுமே உயிர்ப்புத் தான்.''

சேவையினால் எனக்கு என்ன கிடைக்கும் என்று கேட்காதீர்கள். நான் என்ன தரலாம் என்று கேளுங்கள்.

தேவாலயத்தின் கதவுகள் திறந்திருக்கும்போது, சரியான காரணங்களுக்காக ஒவ்வொரு நாளும் அங்கே இருங்கள்.

88

இறைவனின் தொண்டுக்கு நிதி உதவி செய்வேன்

நாம் பெறுவதற்காகத் தருவதில்லைதான். ஆனால் தந்தால்தான் நிறைய பெற முடியும்.

தருவதற்குப் பல காரணங்கள் இருக்கலாம். ஆனால் மிகச் சிறந்த காரணம் கொடையுள்ளம். கொடுக்க வேண்டும்

என்ற இயல்பான எண்ணத்தினால் கொடுப்பது, உங்கள் தேவாலயத்துக்கு நிதி உதவி செய்ய ஒரு காசோலை எழுதுவது ஒருபோதும் தன்னைப்பற்றிப் பிறர் உயர்வாக எண்ண வேண்டும் என்பதற்காக இருக்கக்கூடாது. இன்னும் மோசமானது குற்ற உணர்வினால் கொடையளிப்பது. வழிபாட்டின் செயல்முறையாகவே கொடை விளங்க வேண்டும்.

வாழ்க்கையென்னும் நதியினிலே

தேவாலயத்துக்காக நிதி வசூல் செய்யும் உண்டியல் குலுக்கிக்கொண்டு வரும்போது ஒரு பாதிரியார் அறிவித்தார், ''அருமைத் துறவிகளே! நாமனைவரும் இப்போது நமது சொத்து மதிப்பைக் கணக்கிடும் படிவத்தில் உள்ளதற்குத் தக்கபடி நிதியளிப்போம்'' என்றாராம். இதைக்கேட்டு நான் சிரித்து விட்டேன்.

மெதடிஸ்ட் தேவாலயத்தின் நிறுவனரான ஜான் வெஸ்லி ஓர் உண்மையான இறைத்தொண்டன் நிதி விஷயங்களில் மூன்று கொள்கைகளைக் கடைப்பிடிக்க வேண்டுமென்று போதிக்கிறார்.

எவ்வளவு ஈட்ட முடியுமோ, பொருளீட்டு.

எவ்வளவு சேர்க்க முடியுமோ, பொருள் சேர்.

எவ்வளவு கொடுக்க முடியுமோ, அவ்வளவும் கொடுத்து விடு.

உங்கள் வாழ்வென்னும் நதி பரந்து பாய, கொடையளியுங்கள்.

89

இறை ஊழியர்களைக் கௌரவப் படுத்துவேன்

அமெரிக்கக் கடற்படையின் கல்வி நிறுவனத்தில் படித்த ஒரு பட்டதாரி கூறினார், ''என் பயிற்சிக் காலத்தில் நான் கற்றுக் கொண்ட பெரிய பாடம், நீங்கள் செய்யும் வணக்கம் ஒரு மனிதனுக்கு அல்ல; அவர் சீருடைக்குத்தான். எத்தனைக் கெத்தனை நட்சத்திரங்கள் அவரது சீருடையில் இருக்கின்றனவோ, அத்தனைக்கத்தனை அவர் நமது மதிப்பிற்கு உரியவர்.''

தேவாலயத்தில் பலிபீடத்திற்குப் பின்னால் நிற்பவர்கள் நமது மதிப்பிற்கும் மரியாதைக்கும் உரியவர்கள். அவர்கள் கடவுளின் பிரதிநிதிகள். நாம் அவர்களை எப்படி நடத்துகிறோம் என்பதுதான் இறைவன் மீது நமக்குள்ள மதிப்பின் அடையாளம்.

சுமைதாங்கிகள்

ஒரு பாதிரியாரிடம் தேவாலய உறுப்பினர் ஒருவர், ''வாரம் ஒரு நாள் வேலை செய்தால் போதும்'', என்று விளையாட்டாகக் குறிப்பிட்டார்.

இதைக்கேட்டு அலுத்துப்போன பாதிரியார் சட்டென்று சொன்னார், ''உண்மையில் நான் தேவாலயத்துக்காக வாரம் முழுவதும் உழைக்கிறேன். ஞாயிற்றுக்கிழமைகளில் என் நேரத்தைக் கொடையளிக்கிறேன்.''

உண்மையில் பல பாதிரியார்கள் கடுமையான மன அழுத்தத்தில்தான் வாழ்கிறார்கள். தங்கள் பாரங்களைச்

சுமப்பது மட்டுமின்றி தங்கள் தேவாலய உறுப்பினர் பலருடைய பாரத்தையும் சேர்த்துச் சுமக்கிறார்கள்.

அந்த உண்மையான ஊழியர்கள் நமது மதிப்பிற்கு உரியவர்கள்.

90

நான் எனது நேரத்தையும் திறமையையும் வழங்குவேன்

முதன்முறையாக நயாகரா நீர்வீழ்ச்சியைப் பார்த்தபோது, கட்டவிழ்த்து விடப்பட்ட அதன் அளவற்ற வேகத்தையும், அதன் அளவையும் கண்டு நான் மலைத்துப் போனேன்.

பல நூற்றாண்டு காலமாக எவ்வளவு நீர் அந்த அருவி யின் வழியாகச் சென்றிருக்கும்? இன்று அந்த சக்தி கட்டுப்பாட்டுக்குக் கீழ் கொண்டுவரப்பட்டு உலகின் மிகப்பெரும் புனல் மின்திட்டமாக உருவெடுத்துள்ளது. ஏறத்தாழ 22 மில்லியன் கிலோவாட் மின்சக்தியை உற்பத்தி செய்து' சுற்றியுள்ள பகுதிகள் முழுவதற்கும் வெளிச்சம் தருகிறது.

உங்களுக்குள் இருக்கும் அளவற்ற ஆற்றலை இறைவனும் நன்மைக்குப் பயன்படுத்த நினைக்கிறார்.

செயல்திறனும், ஆள்கிடைப்பும்

நீங்கள் ஒரு தச்சரிடம், ''உனது பெட்டியில் என்னென்ன கருவிகள் உள்ளன?'' என்று கேட்பதில்லை. உங்கள் தேவை ஒன்றுதான். அவர் அந்தக் கருவிகளைப் பயன்படுத்தும் திறமை பெற்றவரா? வேலையில் அக்கறை உடையவரா?

நினைவில் கொள்ளுங்கள். கடவுளும் இரண்டே விஷயங்களைத் தான் பார்க்கிறார், செயல்திறன், ஆள்கிடைப்பு. அவர் தனது பணியை நிறைவேற்றிக் கொள்ள உங்கள் திறனையும், நேரத்தையுமே சார்ந்திருக்கிறார்.

91

நான் குழந்தை போல் நம்புவேன்

அறிவு, சிந்திக்கும் திறன், கேள்வி கேட்கும் திறன் ஆகியவையெல்லாம் முக்கியம்தான். ஆனால் இவற்றோடு குழந்தை போன்ற ஒரு நம்பிக்கையும் இல்லாவிட்டால் நாம் முழுமையடைவதில்லை.

தனது தந்தையின் மரணப்படுக்கையில் அவரும் தமது தாயும் பேசிக் கொண்டிருந்ததை ஜே.சி.பென்னி கேட்க நேர்ந்தது. அதை அவர் நினைவு கூர்கிறார். தந்தை தாயிடம் குறிப்பிட்டார், ''ஜே.சி. எப்படியும் முன்னுக்கு வந்துவிடுவான்.''

அன்றிலிருந்தே பென்னிக்குத் தன் வாழ்வில் ஜெயித்து விடுவோம் என்ற எண்ணம் ஏற்பட்டு விட்டது. அவர் தந்தையின் நம்பிக்கை அவர் நெஞ்சை விட்டு நீங்கவேயில்லை.

திறவுகோல்

எழுத்தாளர் ஃப்ராங்க் எல்லிஸ் எழுதுகிறார், ''ஒவ்வொரு தனிமனிதனும் ஏதோ ஒரு விதத்தில் குறைபட்டவர்தாம் - உடல்ரீதியாகவோ, மனரீதியாகவோ, சமூகரீதியாகவோ, ஆன்மரீதியாகவோ ஏதோ ஓர் அளவுக்கு.'' ஆனால் அதைப்

பற்றி நாம் எண்ணுவதில்லை. ஆனால் இறைநம்பிக்கையற்ற மனிதனின் குறைபாடு இறைநம்பிக்கை உள்ளவனுடையதை விட அதிகமானது.

எதிர்பாராத வாழ்க்கைக் கோணங்கள் என்னும் கதவின் திறவுகோல் இறைநம்பிக்கையாகும்.

92

நான் தினமும் பிரார்த்தனை செய்வேன்

நான் எப்போதோ கேட்ட கதை ஒன்று நினைவுக்கு வருகிறது. சின்சினாடியில் ஒரு சிறுமி இருந்தாள். அவள் ஒரு நாள் தூங்கப்போகும்போது தன் தந்தையிடம், ''அப்பா, நான் கடவுளிடம் ஒன்று சொல்ல வேண்டும். என் குரல் ரொம்ப சின்னதாக இருக்கிறது. அது கடவுளின் காதுகளில் விழும் என்று தோன்றவில்லை. உங்கள் குரல் நல்ல வலுவாகவும் உரக்கவும் இருக்கிறது. நீங்கள் சொன்னால் அவருக்குக் கேட்கலாம்'' என்று கூறினாள்.

அப்பா குழந்தையிடம் சொன்னார், ''அவசியமானால் கடவுள் தன்னைச் சுற்றிப் பாடும் தேவதைகளின் இனிய சங்கீதத்தை நிறுத்தி விட்டு அவர்களிடம், 'உஷ்! பாடுவதை கொஞ்சம் நிறுத்துங்கள். சின்சினாடியில் ஒரு சின்னப்பெண் என் காதில் எதையோ சொல்ல விரும்புகிறாள் என்று கூறுவார்''.

நாம் எதைச் சொன்னாலும் எப்படிச் சொன்னாலும் சொல்லாமலே மனதுக்குள் நினைத்தாலும் அதைக் கேட்கவும், பிரார்த்தனைக்குப் பலன் தரவும் இறைவன் ஒருவர் இருக்கிறார்.

தொடர்பு வழியைத் திறந்து வையுங்கள்.

தினமும் பிரார்த்தனையில் நேரம் செலவழிப்பேன் என்று உங்களுக்கும் இறைவனுக்கும் நீங்கள் வாக்குறுதி தர வேண்டும். இறைத்தொண்டர் டேனியலைப் போல, காலை, மதியம், இரவு மூன்று வேளையும் உங்கள் குரலை பரலோகத்துக்கு உயர்த்துவேன் என்று உறுதி செய்து கொள்ளுங்கள்.

93

நான் இறைவனின் சொற்களைப் படிப்பேன்

முறையான தொடர்ந்த வேதாகம வாசிப்புப் பழக்கத்தை ஏற்படுத்திக் கொள்வதற்கு, பல்வேறு காரணங்கள் கூறலாம். எல்லாவற்றுக்கும் மேலாக, அது மனிதனின் சொல்லல்ல. இறைவனின் ஆணை. இறைவன் அறிவுறுத்தியிருக்கிறார், ''இந்த சட்டப் புத்தகம் உங்கள் நாவை விட்டு ஒருபோதும் நீங்காதிருக்கட்டும். இரவும் பகலும் நீங்கள் அதையே தியானிக்கக் கடவீர்கள். அதன் பயனாக, உங்கள் வாழ்க்கை வளமானதாகட்டும், நல்வெற்றிகளைப் பெறுவீர்களாக.''

உங்கள் வேதாகம வாசிப்பு உயிர்த்துடிப்போடு விளங்க, இங்கே நான்கு ஆலோசனைகள் உள்ளன.

- **குறிப்பிட்ட நேரத்தில் படியுங்கள்** -உங்கள் அன்றாட வாழ்வில் இறைமொழிக்கு இடம் ஒதுக்குங்கள்.
- **குறிப்பிட்ட இடத்தில் படியுங்கள்** - உங்கள் எண்ணங்களோடு

ஒன்ற ஒரு சிறந்த இடத்தைத் தேர்ந்தெடுங்கள்.

- **குறிப்பிட்ட திட்டத்தோடு படியுங்கள்** - குறிக்கோளை ஏற்படுத்திக் கொண்டு அதன் வழி நடவுங்கள்.
- **வேகத்தை விடப் புரிந்து கொண்டு படிப்பது சிறந்தது** - தேவையான நேரத்தை எடுத்துக் கொள்ளுங்கள்.

நினைவில் கொள்ளுங்கள். இறைமொழியின் உலகத்தில் நீங்கள் நுழைவது எப்படி முக்கியமோ, அப்படியே இறைமொழி உங்களுக்குள் நுழைவதும்.

94

என் வாழ்க்கை என் நம்பிக்கையைப் பிரதிபலிக்கும்

அமெரிக்கவின் வழக்கறிஞர் தலைவராக திரு. ஜான் ஆஷ்க்ராஃப்ட் பதவி ஏற்றுக் கொண்டதும் மிசோரி மாகாணத்தின் ஆளுனர் பதவிக்குப் போட்டியிட்டார். அவர் அரசாங்க குலுக்கல் சீட்டு முறையைக் கடுமையாக எதிர்த்தவர். ஆனால் மிசோரி மாகாண மக்களில் 83% பேர் இந்த வகையான சூதாட்டத்தை ஆதரித்தனர். அவருக்கு எதிராகப் போட்டியிட்டவர் குலுக்கல் சீட்டு முறையை ஆதரித்தார். ஆனாலும் முன்வாக்குப் பதிவில் ஒன்றுக்கு இரண்டு என்ற வித்தியாசத்தில் ஜெயித்தார்.

நவம்பர் மாதம் குலுக்கல் சீட்டு முறை அமலுக்கு வந்தது. தேர்தலில் ஆஷ்க்ராஃப்டும் வென்றார். அவர் இளைஞராக

இருந்தபோதே அவரை நான் நன்கு அறிவேன். அவர் மிகவும் வெளிப்படையான மனிதர். எந்த ஒரு விஷயத்திலும் அவர் கருத்து நிலை என்ன என்பது உங்களுக்குத் தெளிவாகப் புரியும்.

ஒரு வாக்காளர் அவருக்கு வாக்களித்ததற்குக் காரணம் கூறினார். ''அந்த வகை சூதாட்டத்தில் மோசடிக்கான வாய்ப்பு அதிகம். நம்பிக்கைக்குரிய ஒருவர் அதை நிர்வகிப்பது நல்லது.''

குண நலன் மதிப்பு மிக்கது. நம்பிக்கையுள்ள ஒருவன், வெறும் ஆசைகள் மட்டுமே கொண்ட 99 பேருக்கு சரிநிகராவான்.

உங்கள் கருத்துக்கள் செயலாக்கப் படும்போது, உங்கள் நம்பிக்கை இன்னும் வலுப்பெறுகிறது.

95

இறைவனின் நற்செய்தியை மற்றவர்களோடு பகிர்ந்து கொள்வேன்

கலிஃபோர்னியாவிலுள்ள ஒரு மேல்நிலைப்பள்ளி பட்டமளிப்பு விழாவில் பள்ளி நிர்வாகம் இறைவன் திருப்பெயரைப் பயன்படுத்தக் கூடாது என்று தடை விதித்திருந்தது.

விழாவில், தனது பேச்சின் இடையே, பட்டதாரி மாணவி ஒருத்தி முகத்தைக் கைகளால் மூடிக்கொண்டு தும்மினாள். முன்னாலேயே பேசிவைத்திருந்தாற்போல, அத்தனை மேல்நிலை மாணவர்களும், 'கடவுள் உன்னை வாழ்த்துவாராக'

என்று முழங்கினர். பள்ளி உறுப்பினர் குழுவைத் தவிர பார்வையாளர்கள் பகுதியில் இருந்து கரகோஷம் பொங்கியது.

இரண்டு நிமிடம் கழித்து அந்த மாணவி மீண்டும் தும்மினாள். அதே எதிர்விளைவு தொடர்ந்தது. தங்கள் வாழ்வின் முக்கியமான ஒரு நாளன்று இறைவனைப் புறக்கணிக்கக் கூடாதென்று மாணவர்கள் முடிவு செய்து விட்டனர்.

பகிர்ந்து கொள்ளுங்கள்

ஒவ்வொரு நாளும் நேரடியாக தொலைபேசி அல்லது வேறு வகையில் பலருடன் நாம் தொடர்பு கொள்கிறோம். நீங்கள் தொடர்ந்து, ''நல்ல செய்தி''யைப் பற்றி நினைத்தால் இயற்கையாகவே அதை பகிர்ந்து கொள்ள சந்தர்ப்பம் கிடைக்கும்.''

96

இறைவன் எனக்கென வகுத்த திட்டத்தையே நாடுவேன்

லிபிரியாவின் ஒரு தனித்த இடத்தில் அமைந்துள்ள 'புது நம்பிக்கை' தொழுநோயாளிகள் இல்லத்தை பார்வையிடச் சென்றேன். ஒரு வெப்பமான மதிய வேளை. நியுயார்க்கைச் சேர்ந்த செவிலி ஒருவர் மருத்துவமனையில் தொழு நோயாளிகளின் திறந்த காயங்களுக்குக் கட்டுப் போட்டுக் கொண்டிருந்தார்.

நான் பிறகு அவரிடம் கேட்டேன், ''இந்தக் கொடுமையான நோயைத் தினமும் கையாளுவது அலுப்பாக இல்லையா?''

''இல்லவே இல்லை'' என்று அவர் பதிலளித்தார். ''இறைவன் எனக்கென்று ஏற்படுத்திய பணி இதுதான். இதில்தான் எனக்கு மகிழ்ச்சி.''

அவரது நம்பிக்கை ஏறத்தாழ ஆரம்பகால கடலோடியும், மதப் பிரசாரகருமான டேவிட் லிவிங்ஸ்டனின் நம்பிக்கையை ஒத்திருந்தது. அவர் கூறுவார், ''நான் இறைவன் விருப்பத்திற்கு இணங்க ஆப்பிரிக்காவின் நடுவில் இருப்பதைத்தான் விரும்புவேனே ஒழிய, இறைவன் விருப்பத்திற்கு எதிராக இங்கிலாந்தின் சிம்மாசனத்தில் அமர்வதற்கும் ஒப்ப மாட்டேன்.''

உங்களுக்கே தெரியும்

கடவுள் நமக்கென்று எதை விதித்திருக்கிறார் என்று எப்படி அறிவது?

எழுத்தாளர் எஃப்.ஏ.மேயர் விளக்குகிறார். ''கடவுளின் விருப்பத்தை அறிய நாம் விரும்பினால் மூன்று விஷயங்கள் எப்போதும் நடக்கும் 3 விஷயங்களைக் கூர்ந்து கவனிக்க வேண்டும்.

1. உள்ளுணர்வு
2. இறைமொழி
3. சூழ்நிலைகளின் போக்கு

இந்த மூன்றும் ஒத்துப் போகும்வரை செயல்படாதீர்கள்.''

97

இறைவனின் சட்டங்களை மதித்து நடப்பேன்

ஒரு முதிய பாதிரியாரால் ஓட்டப்பட்ட காரில் அமர்ந்து வந்த ஒரு இளைஞன் அமர்த்தலாக, ''எனக்குப் பத்துக் கட்டளைகளிலெல்லாம் நம்பிக்கை இல்லை'' என்றான்.

''ஏன் அப்படி?'' என்றார் பாதிரியார்.

''ஓ! அதுவா? எப்போதும் இதைச் செய், அதைச் செய்யாதே என்று என்னைப் பார்த்து யாராவது சொன்னால் எனக்குப் பிடிக்காது'' என்றான்.

அடுத்த திருப்பத்துக்கு வந்தபோது பாதிரியார் வேண்டுமென்றே தவறான திருப்பத்தில் திரும்பினார். இளைஞன் 'நிறுத்துங்கள்' என்று கத்தி எச்சரித்தான், ''நீங்கள் தவறான வழியில் திரும்புகிறீர்கள். டோரன்டோவுக்கு அந்த திசையில் திரும்ப வேண்டுமென்று அம்புக்குறி காட்டுகிறது''

வயதான பாதிரியார் சிரித்து விட்டு பதில் கூறினார். ''எந்தப்பக்கம் போக வேண்டுமென்று ஒரு அம்புக்குறி எனக்குச் சொல்வதை நான் விரும்பவில்லை.''

இளைஞன் புரிந்து கொண்டான்.

இறைவன் மோசஸுக்கு சினாய் மலையில் உபதேசித்த மனித நடத்தை முறைகளைப் பல நூற்றாண்டு காலமாக அரசாங்கங்களும் நீதிமன்றங்களும் இன்னும் மேம்படுத்த முயன்று வருகின்றன. லட்சக்கணக்கான சட்டங்கள் இயற்றப் பட்டு விட்டன. ஆனால் ஒன்று கூட மலையில் பொறிக்கப்

பட்டவற்றைப் போன்று தெளிவாகவும், முழுமையாகச் சார்ந்திருக்கக் கூடியதாகவும் இல்லை.

இறைவனின் அன்பு நியதிகளை மனமுவந்து தழுவ உங்கள் உறுதிப்பாட்டை இன்றே புதுப்பித்துக் கொள்ளுங்கள்.

98

சலனத்துக்கு அடிபணிய மாட்டேன்

மிசிசிபி நதியில் வெள்ள அபாயம் வந்தபோது, இலினாய்ஸ் சமூகத்தைச் சேர்ந்த ஆயிரக்கணக்கான தன்னார்வத் தொண்டர்கள் தங்கள் வீடுகளையும் நிலங்களையும் காத்துக்கொள்ள இரவுபகலாக மணல்மூட்டைகளை அதன் கரையில் அடுக்கினார்கள்.

ஆறு முழு வேகத்தில் கரைபுரண்டது. அந்த மணல் மூட்டைகளில் ஒரு சிறிய இடுக்கின் வழியாகத் தண்ணீர் சொட்டத் தொடங்கியது. ஆனால், அது கவனிக்கப் பட்டபோது, ஒரு சிறிய ஒழுக்கு, வெள்ளப்பெருக்காக மாறி, நிலங்கள் முழுவதையும் நாசப்படுத்தி, ஊரையே மூழ்கடித்து விட்டது.

அந்த வெள்ளத்தடுப்புச் சுவரில் இருந்த சிறிய ஓட்டையை நாம் ஒரு சின்ன சலனத்துக்கு ஒப்பிடலாம். நாம் வேண்டுமானால் பெருமையாகச் சொல்லிக் கொள்ளலாம், ''அட!, இதை என்னால் சமாளிக்க முடியாதா?'' என்று. ஆனால் , திடீரென்று நாம் இருப்புக்கே போராடும் நிலைக்கு அந்தச் சின்ன சலனம் நம்மைக் கொண்டு விட்டு விடும்.

வாழ்வில் நீங்கள் சலனத்தால் கவரப் படலாம். ஆனால் அதற்காக நீங்கள் தூண்டிலைக் கவ்வத் தேவையில்லை. வின்ஸ்டன் சர்ச்சில் சொன்னது இன்றும் உண்மையாக ஒலிக்கிறது. ''சிறியதோ, பெரியதோ, உயர்ந்ததோ, தாழ்ந்ததோ சலனத்துக்கு எப்போதும் ஆட்படாதீர்கள் - எப்போதும், எப்போதும், எப்போதும், எப்போதும். அறிவு மற்றும் கண்ணியம் இவற்றின் சார்பான முடிவுகளைத் தவிர வேறு எதற்கும் ஆட்படாதீர்கள்.''

வாழ்க்கை என்னும் பல்கலைக்கழகத்தில் உங்களுக்குத் தினமும் தேர்வுகள் நடத்தப் படுகின்றன. நீங்கள் தேறுவீர்களா?

99

சவால்களை இறை நம்பிக்கையோடும், நல்லெண்ணத்தோடும் எதிர்கொள்வேன்

உங்கள் பிரச்சினைகளைக் கண்டு எரிச்சலடையாதீர்கள். உரசலும், தேய்மானமும் இன்றி வைரம் பட்டை தீட்டப்படுவதில்லை. சோதனைகளை எதிர்கொள்ளாமல் நீங்களும் பக்குவப்பட முடியாது.

ஒரு மாபெரும் ஓதிய மரம் தன் கிளைகளை வளைக்கும் மாசிக் காற்றுக்கு ஆட்படத்தான் வேண்டும். இப்படித்தான் மரத்தின் அடித்தண்டும் கிளைகளும் வளைக்கப்பட்டு. முளைக்கும் தளிர்களுக்கு உணவூட்ட அதன் உயிர்ச்சாறு மேலேறுகிறது.

நாம் அது உண்மையாயிருக்கக் கூடாது என்று விரும்பினாலும், பிரச்சினைகள் தாம் நம்மை வளர்க்கின்றன. நூறாவது பிறந்த

நாளை எட்டிய ஒரு முதியவரைப் பார்த்து, ''உலகிலேயே மிகப் பாரமான சுமை எது?'' என்று கேட்டார்கள். அதற்கு அவர் ஒரு கணம் யோசித்து விட்டுப் பிறகு வருத்தத்தோடு சொன்னார், ''சுமக்க ஒன்றுமில்லாதது தான்.''

மலைகளை நகர்த்துதல்

நன்னம்பிக்கையின் சக்தியை நம்புபவர்களைக் காண்பது ஒன்றும் அரிதல்ல. சுருக்கமாகச் சொன்னால், அவர்கள் வெறும் நம்பிக்கையை நம்புகிறவர்கள். ஆனால் நான் நம்புவது நிஜமான ஒரு கடவுளை - நமக்காக மலைகளைக் கூட நகர்த்த வல்ல ஒருவரை -நம்புவதைத் தான்.

உங்கள் நம்பிக்கையின் உண்மையான ஆதாரத்தைப் புரிந்து கொள்ளுங்கள்.

100

எதிர்காலத்தை நாடுவேனே ஒழிய கடந்த காலத்தை அல்ல

எப்போதும் 'அந்த நாளில் எல்லாம்', என்று பழைய காலத்தைப் பற்றி அசைபோட்டுக் கொண்டு அதற்காக ஏங்குபவர்களைக் கண்டிருக்கிறீர்களா? நான் அத்தகையவர்களை அடிக்கடி சந்திக்கிறேன்.

ஒருவர் சமீபத்தில் என்னிடம் சொன்னார், ''ஒரு காலன் எரிவாயுவுக்கு வெறும் 18 சென்ட்தான் கொடுத்தது இன்னும் எனக்கு நன்றாக நினைவிருக்கிறது.''

நான் அவரிடம், ''உங்கள் இந்த வருட வருமானத்தை அந்த ஆண்டு ஈட்டியதற்கு மாற்றிக் கொள்வீர்களா?'' என்று கேட்டேன்.

அவர் தயங்கி, ''அதை யோசித்துதான் சொல்ல முடியும்'' என்று கூறி விட்டார்.

எரிக்கும் வெய்யிலில் குளிர் வசதி இல்லாத காரில் பயணம் செய்த காலத்துக்குத் திரும்ப, உண்மையாகவே எண்ணுவீர்களா? அல்லது நவீன தொழில்நுட்பமின்றி மருத்துவர் உங்கள் பல்லில் ஓட்டை போட விடுவீர்களா?

எதிரே இருக்கும் சாகசம்

உங்கள் கடந்த காலத்தை எண்ணிப் பார்ப்பதில் தவறு ஒன்றுமில்லை. அது உங்கள் பாரம்பரியம். அதில் பல இனிய நினைவுகள் பொக்கிஷமாகப் பொதிந்திருக்கும். ஆனால் நீங்கள் வாழ வேண்டியது நேற்றில் அல்ல, இன்றில் தான்.

கடவுள் கண்களை முன்னோக்கித்தான் படைத்திருக்கிறார், ஏனெனில் அந்தத் திசையில்தான் நாம் பயணிக்க வேண்டும் என்று அவர் எண்ணியிருக்கிறார்.

101

காக்கப்பட்ட ஒவ்வொரு வாக்கையும் நான் கொண்டாடுவேன்

ஒரு வினாடி நிதானித்து, உங்கள் வாழ்வின் பட்டியல் ஒன்றை எடுங்கள். உங்கள் சொத்துக்கள் எவ்வளவு?

உங்கள் பொறுப்புக்கள் என்னென்ன? காலை செய்தித்தாளில் முதல் பக்கத்தில் வரும் விஷயங்களை மட்டுமே பொருட்டாக எண்ணும் மன நிலைக்கு நாம் எப்படியோ ஆளாகி விட்டோம். நாம் எப்போதும் பிரச்சினைகளையும், போராட்டங்களையும் மட்டுமே கணக்கில் எடுத்துக் கொண்டு புகழத் தக்கவற்றைப் புறக்கணித்து விடுகிறோம்.

நாம் சும்மாக் கிடைத்ததாக எண்ணிக் கொள்ளும் எத்தனையோ எண்ணற்ற சந்தோஷங்கள் நம் வாழ்வில் உள்ளன - நம் குடும்பத்தின் அன்பு, ஒரு நண்பனின் அக்கறை, வேலை தரும் சவால், மேலிருந்து கிடைக்கும் பாதுகாப்பு - இவையெல்லாம் விலை மதிக்க முடியாத பரிசுகள்.

இது கொண்டாடும் நேரம்

இந்தப் புத்தகம் கொடுக்கத் தகுந்த வாக்குறுதிகளைப் பற்றியதல்ல. காக்கத் தகுந்த வாக்குறுதிகளைப் பற்றியது. அதன் காரணமாகவே நான் உங்கள் முன்னேற்றத்தைச் சீரான இடைவெளியில் ஆராயச் சொல்கிறேன்.

நீங்கள் காக்கும் ஒவ்வொரு வாக்குறுதியும் ஒரு வெற்றிதான். நீங்கள் ஏற்றுக்கொண்டு நிறைவேற்றிய ஒவ்வொரு பொறுப்பும் ஒரு கொண்டாட்டம்தான். இது அழும் நேரமல்ல. பாடும் நேரம்.

கொண்டாடத் தொடங்குங்கள்.